'தினமணி'
பார்ப்பனியத்தின் முகமூடிகள்
ஒரு விவாதம்

‘தினமணி’
பார்ப்பனியத்தின் முகமூடிகள்
ஒரு விவாதம்

தொகுப்பு
எஸ்.வி. ராஜதுரை – வ. கீதா

கருப்புப் பிரதிகள்

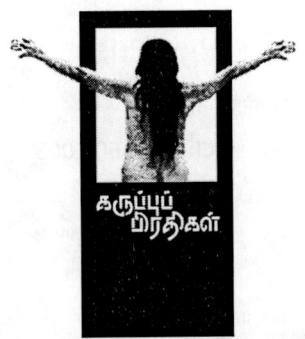

'தினமணி' பார்ப்பனியத்தின் முகமூடிகள் - ஒரு விவாதம்
தொகுப்பு: எஸ்.வி. ராஜதுரை – வ. கீதா

இரண்டாம் பதிப்பு: செப்டம்பர் 2022

முதல் பதிப்பு: மார்ச் 1992

வெளியீடு: **கருப்புப்பிரதிகள்**
பி 55, பப்பு மஸ்தான் தர்கா, லாயிட்ஸ் சாலை,
சென்னை – 600 005.
பேச: 94442 72500
மின்னஞ்சல்: karuppupradhigal@gmail.com

அச்சாக்கம்: ஜோதி எண்டர்பிரைசஸ், சென்னை 600 005.

விலை: ரூ. 140/-

Dinamani Paarppaniyaththin Mugamoodigal - Oru Vivaadham
S.V. Rajadurai - V. Geetha

Second Published: September 2022

First Published: March 1992

By **Karuppu Pradhigal**
B55, Pappu Masthan Darga, Lloyds Road,
Chennai – 600 005.
E-mail: karuppupradhigal@gmail.com

Printed by: Jothy Enterprises, Chennai 600 005.

Price: 140/-

கருப்புக் குறிப்புகள்

மராட்டிய சித்பவனப் பார்ப்பனர்களும் குஜராத்தி பனியாக்களும் இணைந்து இந்தியத் துணைக்கண்டத்தை பண்பாட்டு ரீதியாகவும் அரசியல் அதிகாரத்தின் மூலமாகவும் வளைத்துப் பிடித்து சூறையாடிக் கொண்டிருக்கும் கடுங்காலத்தில், அப்படியான முயற்சிகளை காலந்தோறும் முறியடிக்கவும் தீவிரமாய் பார்ப்பன பனியாக்களுக்கு எதிர் கதையாடல்களை நிகழ்த்தி வரலாற்றுப் பிரதிகளை மீளுருவாக்கம் செய்வதும் காலத்தின் முதன்மைத் தேவையாகவும் தமிழகத்தின் இயங்கியலாகவும் இருந்து வருகிறது.

பெரியார் தன் வாழ்நாள் முழுவதும் எதிர்த்து வந்த பார்ப்பனிய - பனியாக் கூட்டணி, ஒரு நாளிதழ் வடிவில் தன்னை வெளிப்படுத்திக் கொண்டு இன்னமும் நம்மிடையே உயிர் வாழ்ந்து வருகின்றதென சொல்ல வேண்டுமானால் 'தினமணி' இதழையே மிகச் சரியான எடுத்துக்காட்டாக சொல்லவியலும். காலந்தோறும் தன் இதழியல் பார்ப்பனியத்தையும் சனாதனத்தையும் தக்க வைத்துக்கொள்ள அதன் அடிப்படையில் தனக்கெதிராக செயல்படும் திராவிடர் இயக்கம், மார்க்சிய இயக்கம், தலித்திய இயக்கங்களை அவதூறு செய்யவும் பிரித்தாளும் குழப்பங்களை உருவாக்கவும் பார்ப்பனரல்லாதவர்களில் இருந்தே ஆள் பிடித்து நச்சு விவாதங்களை நடத்திட களம் அமைத்துக் கொடுப்பதில் கை தேர்ந்த இதழியல் தந்திரங்களை கொண்டிருப்பதில் தொடங்கிய நாள் தொட்டு பார்ப்பன வைத்தியநாதன் தலைமையில் இயங்கி வரும் இன்றைய நாள் வரை 'தினமணி'யே முன்னணியில் இருந்து வருகிறது.

தொண்ணூறுகளின் தொடக்கத்தில் தினமணி நாளிதழில் பார்ப்பனர் x பார்ப்பனரல்லாதார், ஆரியர் x திராவிடர் என மிக உக்கிரமாக நடந்த

விவாதத்தில் மூன்றாம் தரப்பாக உள் நுழைந்து தலித் தரப்புபோலக் காட்டிக் கொண்ட எழுத்தாளர் தமிழவனின் விவாதங்கள் மிக ஆபத்தானவை. அப்போதைய சிறுபத்திரிகை சூழலிலும் கூட தமிழவன் திராவிடர் இயக்கத்தையும் பெரியாரையும் அவதூறு செய்யும் நிலைப்பாட்டையே முதன்மைப் பணியாக மேற்கொண்டிருந்தார். அதுதான் குணா பாணியிலான தமிழ் தேசிய பாசிஸ்டுகளும் அவருக்கு துணை நிற்க ஏதுவாக இருந்திருக்கிறது. ஆரியர் x திராவிடர், பார்ப்பனர் x பார்ப்பனரல்லாதார் என்பதன் மூன்றாம் தரப்பாக தலித் ஆதரவாளர் போல தன்னை நிறுத்திக் கொண்டு பார்ப்பனர்களுக்கு அடி எடுத்துக் கொடுக்கும் தமிழவன், இன்று இந்நூல் மறுபதிப்பிற்குள்ளாகும் நாள் வரை தலித் இலக்கியத்திற்கும் தலித் அரசியலுக்கும் துணையாக நின்று செய்த பங்களிப்புகள் ஒன்றும் இல்லை என்பதை சொல்ல வேண்டியுள்ளது.

‘பெரியார் சுயமரியாதை சமதர்மம்’, ‘இந்து இந்தியா’ உள்ளிட்ட தமிழக, இந்திய வரலாற்று புலத்தின் ஆய்வு நூல்களை எழுதுவதற்கு முன்நிலையில் தோழர்கள் எஸ்.வி.ஆரும் வ. கீதாவும் அன்றைய சூழலில் தர்க்கவியல் அடிப்படையில் வழுவாமையோடு தினமணி, ஆர்.என். சத்யா, இந்திரா பார்த்தசாரதி, தமிழவன் ஆகியோரின் வரலாற்று திரிபுகளுக்கும் பொய் மூட்டைகளுக்கும் பதில் அளித்தனர். பின்னர் அது ‘திராவிட தினமணி’யின் பார்ப்பனியம் என்கிற பெயரில் நூலாக்கப்பட்டது.

பெரியாரும் திராவிடர் இயக்கத்தவரும் அடையாளமாக்கிய திராவிடம் என்ற அரசியல், பண்பாட்டு, விடுதலை வெளிப்பாட்டிலான சொல்லை, கண்மூடித்தனமான முட்டாள்தனமான வலதுசாரி தமிழ் தேசியர்களும் பார்ப்பன இந்துத்துவ வெறியர்களும் பாசிசக் கூட்டணி அமைத்துக் கொண்டு அவமதித்து வசைமாரி பொழிந்து வரும் இச்சூழலில், இன்றுள்ள புரிதலுக்கேற்ப தலைப்பை மாற்றி தமிழ்ச் சமூகத்தின் முன் வைக்கின்றோம்.

நூலை வெளியிடவும் தலைப்பை மாற்றவும் இசைந்த தோழர்கள் எஸ்.வி.ஆருக்கும், வ. கீதாவிற்கும் மிகுந்த நன்றியினைத் தெரிவித்துக் கொள்கிறோம். பதிப்பகத்தின் உறுதுணையாளர் அமுதா, ஷோபாசக்தி, மதிவண்ணன், விஜய் ஆனந்த் (பெங்களூரு) ஆகியோருக்கும் நமது நன்றியறிதல் உரித்தாகட்டும்.

தோழமையுடன்
நீலகண்டன்

உள்ளே

முன்னுரை 9

முதற் பதிப்புக்கான முன்னுரை 15

என் பார்வையில்... 'பார்வைக் கோளாறுகள்?'
- இந்திரா பார்த்தசாரதி 27

வாசகர் மன்றம் - 'பார்வைக் கோளாறுகள்' 35

'தினமணி' பிரசுரிக்காத கடிதம் 41

'பார்வைக் கோளாறுகள்' 43

'தினமணி' பிரசுரிக்காத கடிதம் 47

ஆரிய - திராவிட ஒருமைப்பாடு - ஆர்.எஸ்.என். சத்யா 52

சத்யாவின் 'ஆரிய - திராவிடப் போராட்ட அணுகுமுறை
- எஸ்.வி. ராஜதுரை, வ. கீதா 64

இது ஆரியர், திராவிடர், தலித் போராட்டம்...
- தமிழவன் 77

ஆரியர், திராவிடர், தலித் போராட்டம்...
- எஸ்.வி. ராஜதுரை, வ. கீதா 86

என்றோ தோன்றிவிட்டது ஒருமைப்பாடு 102

மூவகைச் சிந்தனைகள்... - எஸ்.என்.ஆர். சத்யா 110

'தினமணி' முடித்து வைத்த விவாதம்
- எஸ்.வி. ராஜதுரை வ. கீதா 113

தேசபக்தியும் ஒடுக்குமுறையும்
- டாக்டர் கே. பாலகோபாலுடன் ஒரு நேர்காணல் 119

முன்னுரை

அண்ணல் அம்பேத்கரின் நூற்றாண்டு நிறைவு, மண்டல் குழு பரிந்துரைகள் ஆகியன தொடர்பாக இந்தியா முழுவதிலும் பல்வேறு தரப்பினரால் நடத்தப்பட்ட விவாதங்களினூடாகத்தான் நாங்கள் இருவரும் இந்தியாவில் சாதிப் பிரச்சினைக்குள்ள முக்கியத்துவத்தை ஆழமாக உணரத் தலைப்பட்டோம். அப்போதுதான் மார்க்ஸிய அறிஞர் டி.டி.கோஸம்பியின் எழுத்துகளை வாசிக்கவும் தொடங்கியிருந்தோம். இந்த விவாதங்களும் வாசிப்புகளும் இந்தியாவில் நீண்டகாலமாகவே ஆளும் வர்க்கங்களின் சுரண்டலையும் ஒடுக்குமுறையும் நியாயப்படுத்தி வந்த பார்ப்பனியக் கருத்துநிலையின் வலிமையைப் புரிந்து கொள்ளும் முயற்சிக்கு வழி கோலின. இந்தக் கருத்துநிலையை எதிர்த்துப் போராடியவர்களுக்கு எத்தனை மனவலிமை வேண்டியிருந்திருக்கும் என்று நாங்கள் வியந்து கொண்டிருந்த நாட்கள் அவை. அம்பேத்கரையோ, பெரியாரையோ நாங்கள் கணிசமாகக் கற்காதிருந்த காலமும் அது. அன்றைய சென்னைப் பெருமாநிலத்திலிருந்த பார்ப்பனரல்லாதார் இயக்கம், சுயமரியாதை இயக்கம், இவை இரண்டும் தோன்றுவதற்கு அயோத்திதாசரால் உருவாக்கப்பட்டிருந்த பார்ப்பனிய எதிர்ப்பு – பௌத்தச் சிந்தனை ஆகியவற்றை ஓரளவு அறிந்திருந்தோம்.

அந்தச் சூழலில்தான், 'தினமணி' ஏட்டில் எழுத்தாளர் இந்திரா பார்த்தசாரதி எழுதிய கட்டுரையொன்றுக்கு எதிர்வினையாற்றப் போக, எதிர்வினைக்கு எதிர்வினை என்ற வகையில்

பல்வேறு தரப்புகளிலிருந்து, மறைமுகமாகவும் நேரடியாகவும் பார்ப்பனியத்தை நியாயப்படுத்துகின்ற கட்டுரைகளை எதிர்கொண்டோம்.

இந்திரா பார்த்தசாரதியின் கட்டுரைக்கான எங்கள் எதிர்வினையில் நாங்கள் எழுப்பியிருந்த முக்கிய கேள்விகளில் இரண்டு: 1. சாதியப் படிநிலை அமைப்பு உள்ள ஒரு சமுதாயத்தில் கலை, இலக்கியம் ஆகியன வெறும் அழகியல் நிலையிலேயே இருக்குமா? சாதியின் தாக்கம் அவற்றில் இருக்காதா? 2. திருவரங்கம் கோவிலில் அரையர்களால் பாடப்படும் 'பள்ளுப்பாட்டை'ப் பாட, அந்த அரையர்களுக்குப் பதிலாக 'பள்ளர்கள்' அனுமதிக்கப்படுவார்களா?

எனினும் எங்கள் கேள்விகளுக்கு அவர் பதில் ஏதும் தரவில்லை. ஆனால், அவர் சார்பில் பதில் சொல்வதாகத் தங்களை முன்னிறுத்திக் கொண்டவர்கள் அணிந்திருந்த வேடங்கள்தான் எத்தனை? மார்க்ஸியம், தேசியம், ஸ்ட்ரக்சுரலிசம், மொழி யியல் என்று பல அவதாரங்களில் வந்தன எங்கள் மீதான விமர்சனங்கள்.

தமிழகத்திலும் இந்தியாவின் பிற பகுதிகளிலும் பார்ப்பனியத்துக்கான எதிர்ப்பு, பல்வேறு காலகட்டங்களில் பல்வேறு வடிவங்களில் தோன்றியிருக்கின்றன என்பதை சிறிதளவு வரலாறு கற்றவர்களும்கூட அறிவர். தமிழகத்தில் இந்த எதிர்ப்பு அயோத்திதாசரோ, நீதிக்கட்சியோ, சுயமரியாதை இயக்கமோ தோன்றுவதற்குப் பல நூற்றாண்டுகளுக்கு முன்பே, ஆசீவகம், சமணம், பௌத்தம் ஆகிய வடிவங்களில் நீண்ட காலம் இருந்து வந்திருக்கின்றது. பார்ப்பனர் பார்ப்பனிய ஆதிக்கத்துக்கு எதிராக எழுந்த எல்லாச் சக்திகளையும் தங்களுக்கு ஆதரவாக அணிதிரட்ட முயன்ற நீதிக்கட்சியினரோ, சுயமரியாதை இயக்கத்தவரோ தங்களைத் தனித் தமிழ் இயக்கத்தவராக ஒரு போதும் முன்நிறுத்தியதில்லை. 'துய' தமிழிலும் அவர்கள் எழுதவில்லை. அப்படியிருக்க, 'நீதிக் கட்சி' என்பதிலுள்ள 'நீதி', 'சுயமரியாதை' என்ற சொல்லிலுள்ள 'ஸ்வயம்', 'மர்யாதா' ஆகியன சமஸ்கிருதச் சொற்களே என்று அறுதியிட்டுக் கூறி, நாங்கள் இந்திரா பார்த்தசாரதிக்கு எழுப்பிய கேள்விகளுக்குச் சிறிதும் தொடர்பற்ற கேள்விகளைக் கேட்பதிலிருந்து தொடங்கி விவாதத்தை திசை திருப்பினார் எஸ்.என்.ஆர். சத்யா.

சம்ஸ்கிருதம் பற்றியும், பார்ப்பனர்கள் அதை ஏன் மற்ற எல்லா மொழிகளுக்கும் மேலானதாகக் கருதுகிறார்கள் என்பது பற்றியும் நாங்கள் கூறிய கருத்துகள் யாவும் டிடி.கோஸம்பியின் கருத்துகள்தாம். அப்படியிருந்தும் எங்களை, 'ஆரியா மாயை' எழுதிய அண்ணாவின் வழித்தோன்றல்களாகவும், தி.மு.க. நடத்தும் பட்டிமன்றத்தைச் சேர்ந்தவர்களாகவும் சித்திரிக்க முன்வந்தார் இன்னொரு பேராசிரியர் – தமிழவன்.

ஒடுக்குமுறை சாதிய அமைப்பையும் அதற்குக் கருத்துநிலை நியாயங்களை வழங்கிவரும் பார்ப்பனியத்தியும் நாங்கள் விமர்த்திருந்தோம். அதே சமயம், தமிழகத்திலோ, இந்தியாவிலோ பண்பாட்டுக் கலப்புகளோ, மொழிக்கலப்புகளோ நடக்கவில்லை என்று நாங்கள் ஒருபோதும் கூறவில்லை. இருந்தாலும் எங்களின் விமர்சனத்தை சரிவர புரிந்து கொள்ளாது, மு. பாவாணன் என்கிற தமிழறிஞர் (தேவிபிரசாத் சட்டோபாத்யாவையும் டி.டி.கோஸம்பியையும் படித்துள்ளவர்), நாங்கள் எழுப்பிய எந்தக் கேள்விக்கும் முகம் கொடுக்காமல் தொல்காப்பியம் முதலான பழந்தமிழ் நூல்கள் பற்றிய ஆராய்ச்சியில் இறங்கி, 'என்றோ மலர்ந்துவிட்டது ஒருமைப்பாடு', என்று முழங்கி, பார்ப்பன எதிர்ப்பு என்பதே பிரிவினைவாதம், தேச விரோதம் என்று தீர்ப்பும் வழங்கிவிட்டார்!

இந்த வேடிக்கைகள் ஒருபுறமிருக்க, எங்கள் கருத்துகளை விமர்சித்தும், நாங்கள் கூறியதைத் திரித்தும் எழுதப்பட்ட கட்டுரைகளுக்கு நாங்கள் எழுதிய பதில்கள் ஒன்று முற்றாக நிராகரிக்கப்பட்டன அல்லது வெட்டிச் சிதைக்கப்பட்டு வெளி யிடப்பட்டன 'தினமணி' ஆசிரியரால். அது மட்டுமல்ல, வெட்டிச் சிதைக்கப்பட்ட ஒரு கட்டுரையோடு சேர்த்து, வேறு இரு கட்டுரைகளை வெளியிட்டுவிட்டு, நாங்கள் அவற்றுக்கு எதிர்வினை ஆற்றும் வாய்ப்பை மறுக்கும் வகையில், அந்த விவாதத்துக்கு முற்றுப்புள்ளி வைக்கப்பட்டுவிட்டதாக 'தினமணி' அறிவித்துவிட்டது. இப்படிப்பட்ட பத்திரிகை தர்மத்தைத்தான் தமிழவன், 'தினமணி'யின் நடுநிலை என்று பாராட்டியிருந்தார்.

எனினும், 'தினமணி'யில் வெளிவந்த வாத பிரதிவாதங்களை ஒன்று திரட்டியும் தணிக்கை செய்து இருட்டடிப்புச் செய்யப்பட்ட, எழுத வாய்ப்பு மறுக்கப்பட்ட எங்கள் கருத்துகளைப்

பதிவு செய்தும் ஒரு தொகுப்பாக வெளியிடும் ஆர்வத்தை வெளிப்படுத்தினார் எங்கள் நண்பர் பல்லடம் மாணிக்கம். ‘தினமணி’ விவாதங்கள் முடிவடையும் தறுவாயில் இருக்கும்போது, மனித உரிமைப் போராளியும் தனிச்சிறப்பான சிந்தனையாற்றலும் கொண்டிருந்தவருமான முனைவர் கே.பாலகோபால் சென்னைக்கு வந்திருந்தார். அரசு வன்முறைக்கு எதிராக மட்டுமின்றி, சாதிய, பாலின, தேசிய இன, வர்க்க ஒடுக்குமுறைகளுக்கு எதிராகவும் மனித உரிமை அமைப்புகளும் இடதுசாரி இயக்கங்களும் போராட வேண்டிய தேவையை வலியுறுத்தி வந்த அவரது நீண்ட நேர்காணல், பாட்டாளி மக்கள் கட்சியின் நாளேடான ‘தினப்புரட்சி’யில் வெளியிடப்பட்டது. எங்கள் ‘தினமணி’ கட்டுரைகளிலும் கடிதங்களிலும் சொல்லப்பட்டுள்ள பல கருத்துகளுக்கு வலுச்சேர்ப்பவையாக இருந்த அந்த நேர்காணலும் பல்லடம் மாணிக்கத்தின் விருப்பத்துக்கேற்பச் சேர்க்கப்பட்டு, விருத்தாசலத்தில் அவர் நடத்தி வந்த ‘கவிதா நிலையம்’ என்ற வெளியீட்டகதால் அத் தொகுப்பு 1992 மார்ச்சில் வெளி யிடப்பட்டது.

அந்தத் தொகுப்பு வெளிவந்த 28 ஆண்டுகளுக்குப் பின் தமிழக, இந்திய அரசியலில் பாரதூரமான மாற்றங்கள் ஏற்பட்டுள்ளன. அவற்றை இங்கு விவரிக்கத் தேவையில்லை. முனைவர் கே.பாலகோபாலின் சிந்தனையிலும் சில மாற்றங்கள் – அறவியல் சார்ந்த, ஆக்கபூர்வமான மாற்றங்கள் ஏற்பட்டன. ஆயினும் அந்தத் தொகுப்பையும் அதற்கு நாங்கள் எழுதிய முன்னுரையையும் இன்று படிக்கையில், எங்கள் கட்டுரைகளில் எத்தனையோ குறைகள் இருந்தாலும், பார்ப்பனியமும் அதன் அரசியல் வடிவமான இந்துத்துவமும் மிக விரைவில் பாசிச வடிவத்தை எடுக்கும் என்று எங்களால் முன்கூட்டியே பார்க்க முடிந்திருக்கிறது என்பதை உணர்கிறோம். ‘தினமணி’ விவாத மேடையில் எங்களுக்கு எதிராகவும், பார்ப்பனிய சாதி எதிர்ப்பு இயக்கங்களுக்கு எதிராகவும் சொல்லப்பட்டு வந்த கருத்துகள் கிட்டத்தட்ட அனைத்தும் இன்று மின், அச்சு ஊடகங்கள், சமூக வலைத்தளங்கள் ஆகியவற்றில் சங் பரிவாரத்தைச் சேர்ந்தவர்களால் இன்னும் வலுவாகவும் வேகமாகவும் எடுத்துச் செல்லப்படுவதைக் காண்கின்றோம்.

அது மட்டுமல்ல. அன்றைய சூழலில் மண்டல் குழுப் பரிந்துரைகளை மறுத்து 'தகுதி'க்கு வக்காலத்து வாங்கிய பார்ப்பனிய மனநிலை இன்று வேறு பல வடிவங்களில் தன்னை வெளிப்படுத்திக் கொண்டு வருவதையும் பார்க்கிறோம். 2019இல் வெளியிடப்பட்ட புதிய கல்விக் கொள்கையில் 'வகுப்புரிமை' என்ற சொல் கூட இடம் பெறாது போனதுடன், சமூகரீதியாக ஒடுக்கப்பட்டு வருவோரை அவ்வாறு குறிப்பிடாமல் 'போதுமான அளவுக்கு பிரதிநிதித்துவம் பெறாதவர்கள்' என்றே கொள்கை ஆவணம் குறிப்பிடுகிறது. தகுதியின் பெயரில் வகுப்புரிமையை அன்று எதிர்த்தவர்கள், இன்று ஒடுக்கப்பட்ட சாதிகளின் இருப்பையும் அடையாளத்தையும் அங்கீகரிக்க மறுக்கின்றனர். அன்று 'ஒருமைப்பாடு' என்ற கருத்தை முன்வைத்து சாதி எதிர்ப்பு இயக்கங்களை சாடியவர்கள் இன்று இவ்வியக்கங்களின் செயல்பாடுகளை தேச நலன்களுக்கு ஊறு விளைவிப்பவையாக கருதுகின்றனர்.

தமிழகத்தில் பார்ப்பனிய மனநிலை, கருத்துநிலை எடுபடுமா, எடுபடாமல் போகுமா என்ற கேள்வியை இன்று பலர் எழுப்பி வரும் சூழலில் திராவிட இயக்கம் பற்றி அன்று நாங்கள் முன்வைத்த வாதங்கள் இன்றைய சூழலுக்கும் பொருந்துமா என்ற கேள்வி எழுகிறது. திராவிட இயக்கத்தின் உள்ளீடு, அரசியல் பார்வை, ஆகியனவற்றின் எல்லைகள் சுருக்கப்பட்டு அவ்வியக்கத்தின் செயல்பாடுகளுக்கு ஆதாரமாக இருந்த அறிவு மரபுகள் ஒப்பீட்டளவில் செயலிழந்து இருக்கும் நிலைமையை அன்று நாங்கள் சுட்டிக் காட்டியிருந்தோம். இன்றைக்கு இது குறித்து நாம் விவாதிப்பது அவசியமாகிறது. இந்துத்துவத்துக்கு எதிராக அரசியல்ரீதியாக செயல்படுவது என்பது ஒருபுறமிருக்க, திராவிட இயக்கத்தின் வரலாற்று முக்கியத்துவத்தை கருத்தில் கொண்டு அதை இன்றைய சூழலுக்கு உகந்த வகையில் முன்னெடுத்துச் செல்வது குறித்து நாம் விவாதிக்க வேண்டியுள்ளது. தமிழகத்தின் சாதி எதிர்ப்பு வரலாற்றை புதிய வாசிப்புகளுக்கு உட்படுத்தி, பௌத்தம், சமணம் முதலியவற்றுடன் இணைத்தும், 19ஆம் நூற்றாண்டு கண்ட தலித் எழுச்சியை திராவிட இயக்கத்தின் வரலாற்று முன்னோடியாக அறிந்தும், 20ஆம் நூற்றாண்டில் நடந்த வர்க்கப் போராட்டங்கள்

கற்றுத் தரும் படிப்பினைகளை கருத்தில் கொண்டும் இத்தகைய விவாதங்களை நாம் கட்டமைக்கலாம்.

இத்தகைய விவாதத்துக்கான தேவையை 1992இல் வெளிவந்த இந்தக் கட்டுரைத் தொகுப்பு சுட்டிக் காட்டுகிறது என்று நாங்கள் நினைக்கிறோம். இத்தொகுப்பை இன்னமும் பொருத்தப்பாடு உள்ளதாகக் கருதி அதன் இரண்டாம் பதிப்பை, 'கருப்புப் பிரதிகள்' வெளியீடாகக் கொண்டு வருவதில் மகிழ்கிறோம்.

முதல் பதிப்பில் இருந்த இரு அடிக்குறிப்புகள் இப்போது தேவையற்றவையாக இருப்பதால் அவற்றை நீக்கியதும், அச்சுப்பிழைகளைத் திருத்தியதும் தவிர வேறு எந்த மாற்றத்தையும் நாங்கள் செய்யவில்லை. ஒரு வரலாற்று ஆவணமாக உள்ள இந்தத் தொகுப்பில் கைவைக்க எங்களுக்கும் உரிமை இல்லை.

கோத்தகிரி/சென்னை   **எஸ்.வி. ராஜதுரை – வ. கீதா**
12.12.2021

முதற் பதிப்புக்கான
முன்னுரை

பார்ப்பனியத்தின் மிகு தீவிரமான வெளிப்பாடுகளைப் பொதுவாக இந்தியா முழுவதிலும் குறிப்பாகத் தமிழகத்திலும் கடந்த சில ஆண்டுகளாகவே நாம் கண்டு வருகிறோம். 'மதச்சார்பின்மை' என்ற போலிவேடம் பூண்டிருந்த பார்ப்பனியம் இன்று 'இந்துத்வா' என்ற பெயரில் வெளிப்படையாகவே உலவத் தொடங்கியுள்ளது. பார்ப்பனிய இந்துவெறியை இந்தியா முழுவதிலும் பரப்புவதிலும் அதற்கு மக்களின் ஆதரவைப் பெறுவதிலும் கணிசமான வெற்றியைப் பெற்றுள்ளது. இந்திய ஆளும் வர்க்கத்தின் முதன்மையான கட்சிகளான காங்கிரசும் பாரதிய ஜனதாக் கட்சியும் "பாரத ஒற்றுமை" என்ற பெயரின் கீழ்ப் பார்ப்பனியத்தை வலுப்படுத்துவதில் மும்முரமான போட்டியில் ஈடுபட்டுள்ளன. ஏனெனில் இக்கட்சிகளுக்கான அடிப்படையான சித்தாந்தத்தைப் பார்ப்பனியம்தான் வழங்குகிறது. மண்டல் பரிந்துரைகளை எதிர்த்து வட இந்தியாவிலும் நாட்டின் பிறபகுதிகளில் ஓரிரு இடங்களிலும் நடத்தப்பட்ட வெறித்தனமான போராட்டங்களுக்கு இவ்விரு கட்சிகளும் நேரடியாகவும் மறைமுகமாகவும் ஆதரவு வழங்கியதைப் பற்றிப் பேசத் தேவை யில்லை. கம்யூனிஸ்ட்டுகள் என்றும் மார்க்சிஸ்ட்டுகள் என்றும் தம்மை அழைத்துக் கொள்பவர்கள் இந்தியாவில் சாதியம், சாதிகள் என்பன இருப்பதையும் அவை ஆதிக்க உறவுகளை வடிவமைத்து வருவதையும் பார்க்க மறுக்கின்றனர். மார்க்சிஸ்ட்

– லெனினிஸ்ட்டுகளில் ஒரு பிரிவினரும் அவர்களது குழுக்களைச் சேர்ந்த அறிவாளிகளும் 'பார்ப்பனியம்', 'பார்ப்பனர்' போன்ற சொற்களை அவ்வப்போது அரசியல் சௌகரியங்களின் பொருட்டுப் பயன்படுத்தி வந்தாலும் "பூர்ஷ்வா சீர்திருத்தங்களுக்கு அப்பால் செல்லுதல்", "புரட்சிகரமான சமுதாய மாற்றத்தைச் செய்தல்" என்ற பெயரில் மண்டல் எதிர்ப்பாளர்கள் முன் வைத்த அதே வாதங்களைப் 'புரட்சிகர' வடிவத்தில் முன் வைத்தனர். இந்தியா முழுவதிலும் அறிமுகமாகியுள்ள மார்க்சிய அறிஞர்களான சுதிப்தோ கவிராஜ், பிபின் சந்திரா போன்றோரும் சமூகவியலாளர்களான எம்.என். ஸ்ரீனிவாஸ், ஆந்திரே பெடெய்ல் போன்றவர்களும் அருண்ஷோரியின் அணியில் சேர்ந்து கொண்டதையும் நாம் அறிவோம். மண்டல் எதிர்ப்பு அலையில் மிதந்து வந்த அருண்ஷோரி போன்றவர்கள் வர்க்கப் போராட்ட வீரர்களாகவும் தம்மைச் சித்திரித்துக் கொண்டனர்.

மண்டல் பரிந்துரைகள் பற்றி இந்தியா முழுவதிலும் நடைபெற்ற விவாதங்கள் அரசியல், சமூக, பொருளாதார மாற்றங்களுக்காகப் போராடும் ஜன நாயக, புரட்சிகரச் சக்திகளுக்குச் சாதியம், பார்ப்பனியம் ஆகியன பற்றிய புரிதலை ஆழப்படுத்திக் கொள்ள உதவியுள்ளன. முற்போக்கான தலித் இயக்கங்களும் மார்க்சியத்தை வழிகாட்டியாகக் கொண்டுள்ள இயக்கங்களும் ஒன்றையொன்று சந்தித்துக் கொள்வதைச் சாத்தியமாக்கியுள்ளன. இந்தியச் சமூக அமைப்பைப் புரிந்து கொள்வதற்கு 'வர்க்கம்' என்ற ஒரு திணை மட்டும் போதாது, 'சாதி' என்ற திணையும் தேவை என்பதை ஏராளமான மார்க்சியவாதிகள் புரிந்து கொள்ளத் தொடங்கியுள்ளனர். இந்தப் பின்னணியில்தான் மராட்டியத்திலும் கருநாடகத்திலும் தமிழ்நாட்டிலும் தோன்றிய பார்ப்பனரல்லாதோர் இயக்கங்கள், தலித் இயக்கங்கள் ஆகியன பற்றிய மரபுவழியான பார்வையை மறுமதிப்பீடு செய்யும் பணியை அவர்கள் மேற்கொண்டுள்ளனர். ஃபுலெ, அம்பேத்கர், பெரியார், லோகியா ஆகியோரின் படைப்புகளை ஆழமாகக் கற்கத் தொடங்கியுள்ளனர்.

இத்தகைய முயற்சிகள் மராட்டியத்தைப் பொருத்தவரை 1960களிலிருந்தே தொடங்கிவிட்டன. மகாத்மா ஜோதிராவ் ஃபுலே,

ஷாகு மகராஜ், அம்பேத்கர் போன்ற பார்ப்பனரல்லாதோர் இயக்கத் தலைவர்கள், அவர்களது இயக்கங்கள் பற்றிய புதிய வகையான மதிப்பீடுகள் ஷரத் பாட்டில், கெய்ல் ஓம்வேத், ஜி.பி, தேஷ்பாண்டெ, ரோஸலின் போன்றோரால் உருவாக்கப்பட்டுள்ளன. இத்தகைய மதிப்பீடுகள் மார்க்சிய அடிப்படையில் விமர்சனக் கண்ணோட்டத்துடனும் பார்ப்பனரல்லாதோர் இயக்கங்களில் காணப்பட்ட நல்ல கூறுகளை இனங்கண்டு அவற்றைப் புரட்சிகரமான சமூக மாற்றங்களுக்காகப் பயன்படுத்திக் கொள்ளும் நோக்கத்துடனும் மேற்கொள்ளப்பட்டுள்ளன. அத்தகைய முயற்சிகள் தமிழகத்தில் தோன்றிய பார்ப்பனரல்லாதோர் இயக்கத்தையும் தழுவ வேண்டும்.

அரை நூற்றாண்டுக்கும் மேலாக இட ஒதுக்கீட்டு முறை நடைமுறையில் உள்ள தமிழகத்தில் வெளிப்படையான மண்டல் எதிர்ப்புப் போராட்டத்தை நடத்த யாருக்கும் துணிவிருக்கவில்லை. இட ஒதுக்கீட்டு முறைக்கு எதிராகத் தமிழ்நாட்டில் வெறிக்கூச்சல்கள் எழவில்லை என்ற போதிலும் சில முனகல்கள் கேட்கவே செய்தன. “தினமணி”, “தினமலர்”, “துக்ளக்” போன்ற பார்ப்பனப் பத்திரிகைகள் மண்டல் எதிர்ப்புப் போராட்டங்களுக்கு மிகையான முக்கியத்துவம் கொடுத்தும் “வாசகர்” கடிதங்கள் பிரசுரித்தும் தங்களது உண்மையான நிலைப்பாட்டை வெளிப்படுத்தின.

மண்டல் எதிர்ப்புப் போராட்டம், ராஜிவ் கொலை, ஜெயலலிதாவின் தேர்தல் வெற்றி ஆகியவற்றுக்குப் பிறகு தமிழ் நாட்டில் அதிதீவிரப் பார்ப்பனியம் தலை தூக்கியுள்ளது. அது தமிழ்மக்கள், தமிழ்மொழி, தமிழ்ப்பண்பாடு ஆகியவற்றின் மீது வெளிப்படையான தாக்குதல்களைத் தொடுக்கத் தொடங்கியுள்ளது. இந்தியாவிலுள்ள பண்பாட்டு, மொழி, தேசிய இன, மத வேறுபாடுகளைத் திட்டமிட்ட வகையில் புறக்கணித்து எல்லாரும் “பரதனின் புதல்வர்கள்” – அதாவது எல்லா மொழிகளும் சமஸ்கிருதத்திலிருந்து தோன்றியவை, பிற மொழிகளுக்குத் தனித்தன்மை ஏதும் இல்லை – என்ற இந்துத்வா கோட்பாட்டிற்குள் அனைவரையும் அடைத்துவிட

முயற்சி செய்யப்படுகின்றன. தமது மொழி, இன, பண்பாட்டு, சமயத் தனித்தன்மையைப் பாதுகாக்கப் போராடுபவர்களைத் தேச விரோதிகள், பிரிவினைச் சக்திகள் எனப் பார்ப்பனியம் இகழ்கின்றது. இந்தப் பார்ப்பன முயற்சிக்கு அரசு எந்திரம், பத்திரிகைகள், தொலைக்காட்சி ஆகியவற்றின் பிரச்சார பலமும் பெருமுதலாளிகள், நிலப்பிரபுக்கள், வெளிநாடுகளில் வாழும் உயர்சாதிப் பணக்காரர்கள் ஆகியோரின் பணபலமும் கிடைத்து வருகின்றன.

பார்ப்பனியம் தனது சித்தாந்த மேலாண்மையை வலுப்படுத்திக் கொள்வதற்காக இன்று பல்வேறு வழிமுறைகளைக் கையாள்கிறது. பார்ப்பனியத்தைப் பூண்டோடு அழிக்க விரும்பிய ஃபுலெ, அம்பேத்கர் ஆகியோருக்கு இன்று பா.ஜ.க. – ஆர். எஸ், எஸ். விழா எடுக்கிறது. சில ஆண்டுகளுக்கு முன்பு மராத்வாடா பல்கலைக் கழகத்திற்கு அம்பேத்கர் பெயர் சூட்ட வேண்டும் என்ற தலித் மக்களின் கோரிக்கையை எதிர்த்துப் போராட்டம் நடத்தியதும், ராமன் – சீதை பற்றி அம்பேத்கர் எழுதிய கட்டுரையை அவரது தொகை நூல்களிலிருந்து நீக்க வேண்டும் என்று கலவரம் செய்ததும் இதே கூட்டம்தான். இப்பிற்போக்குச் சக்திதான் இன்று தலித் மக்களைத் தனது வலைக்குள் இழுத்துக் கொள்வதற்காகப் பல சூழ்ச்சிகளைச் செய்கிறது. இன்னும் சொல்லப் போனால் சிறுபான்மையினரான முஸ்லிம் களுக்கெதிராகத் தூண்டிவிடப்படும் மதக் கலவரங்களின் போது தலித் மக்களில் ஒரு பகுதியினரை முஸ்லிம்கள் மீதான வன்முறைக்குப் பயன்படுத்திக் கொள்கிறது. 1991–இல் சென்னையில் நடைபெற்ற விநாயகர் சதுர்த்தி விழாவின் போது ஆர்.எஸ்.எஸ் அம்பேத்கர் பெயருக்குக் களங்கம் கற்பிக்கும் ஒரு தலித் அமைப்பைப் பயன்படுத்திக் கொண்டது. சென்ற ஆண்டு நடந்த பொதுத் தேர்தலின் போது இந்த அமைப்பு பாரதிய ஜனதாக் கட்சியுடன் கூட்டுச் சேர்ந்து கொண்டது.

மேலும், இந்தியா முழுவதிலுமிருந்து முன்னாள் இராணுவ அதிகாரிகள், முன்னாள் அரசு உயர் அதிகாரிகள், பல்கலைக் கழகப் பேராசிரியர்கள், வரலாற்றறிஞர்கள், பொருளாதார நிபுணர்கள், பல்வேறு துறைகளைச் சேர்ந்த அறிவாளிகள் ஆகியோரையும் ப.ஜ.க. – ஆர்.எஸ்.எஸ். தனது அணிகளுக்குள்

பெரும் எண்ணிக்கையில் சேர்த்து வருகிறது. இந்தியாவில் வளர்ந்து வரும் நடுத்தர வர்க்கம், வெளிநாடுகளில் உள்ள உயர்சாதி இந்துக்கள் ஆகியோர் தம்மைப் பார்ப்பனமயமாக்கிக் கொள்வதன் மூலம் தமக்குத் தனியொரு அடையாளத்தை உருவாக்கிக் கொள்ள விரும்புகின்றனர். அத்தகையவர்கள் ப.ஜ.க. – ஆர்.எஸ்.எஸ். ஆகியவற்றுடன் மட்டுமல்லாது, காங்கிரஸ் கட்சியுடனும் தம்மைப் பிணைத்துக் கொள்கின்றனர் (மன்மோகன்சிங் வழங்கியுள்ள சலுகைகள் இப்பிணைப்பை வலுப்படுத்தியுள்ளன). ஒடுக்கப்படும் வர்க்கங்கள், சாதிகள் ஆகியன பற்றிய எவ்வித அக்கறையும் கொள்ளாத இந்த நடுத்தர வர்க்கம், தனது வாழ்வுக்கும் வளர்ச்சிக்கும் பெருமுதலாளியம், நிலப்பிரபுத்துவம், ஏகாதிபத்தியம், பார்ப்பனியம் ஆகியவற்றையே நம்பியுள்ளது. எனவே அத்தகைய நடுத்தரவர்க்கத்தைச் சார்ந்த அறிவாளிகள் இந்திய 'ஒருமைப்பாட்'டைக் கட்டிக் காப்பதற்கும் ஆளும் வர்க்கங்களின் சுரண்டலும் ஒடுக்குமுறையும் தொடர்ந்து நடைபெறுவதற்கும் வேண்டிய சித்தாந்த நியாயங்களை உருவாக்கி வழங்கும் பணியைச் செய்து வருகின்றனர். 'சாதி' அடிப்படையில் இடஒதுக்கீடு என்பதற்கு எதிராகத் 'தகுதி' அடிப்படையில் கல்வி – வேலைவாய்ப்பு என்று கூறுகின்றனர். இந்தியாவில் உள்ள பல்வேறு தேசிய இனங்கள், பண்பாடுகள், மொழிகள் ஆகியவற்றுக்குச் சம உரிமை தரப்படவேண்டும் என்பதையும் உண்மையான கூட்டாட்சி உருவாக்கப்பட வேண்டும் என்பதையும் இவர்கள் எதிர்க்கின்றனர். எல்லா மொழிகளுக்கும் எல்லாப் பண்பாடுகளுக்கும் ஆரிய – சமஸ்கிருதம்தான் ஊற்றுக்கண் என்று கூறி, மக்களின் மொழி, பண்பாட்டு, தேசிய இனத் தனித்தன்மைகளையும் அடையாளங்களையும் அழிக்க முற்படுகின்றனர். அவற்றை அழித்து ஒரே சீரான இந்தியச் சந்தையைப் பெருமுதலாளிகளுக்கும் ஏகாதிபத்தியத்திற்கும் உருவாக்கிக் கொடுப்பதற்காக உழைக்கின்றனர். இவர்களது பணிகளை எளிதானதாக்கும் வகையில் இந்தியாவிலுள்ள 'முற்போக்கு', 'இடதுசாரி' இயக்கங்களின் இந்திய ஒருமைப்பாட்டு முழக்கங்களும் துணை நிற்கின்றன.

தமிழ்நாட்டைப் பொருத்தவரை பார்ப்பனியம் தன்னை உறுதிப்படுத்திக் கொள்வதற்கு வேண்டிய பொருண்மை

அடிப்படையையும் தத்துவ, சித்தாந்த அடிப்படையையும் உருவாக்கிக் கொள்வதற்கு முக்கியமான காரணங்களில் ஒன்று திராவிட இயக்கங்களின், குறிப்பாக தி.மு.க.வின் பலவீனங்களும் அவற்றால் ஏற்பட்ட சீரழிவுகளுமே ஆகும். அச்சீரழிவுகளின் உச்சக்கட்டமாகவே எம்.ஜி.ஆர். – ஜெயலலிதா நிகழ்ச்சிப் போக்கை நாம் காண வேண்டும். அறிவு விவாதச் சூழலை உருவாக்கி, அறிவாளிகளிடமிருந்தும் சிந்தனையாளர்களிடமிருந்தும் அந்நியப்பட்டுப்போய், அரசியலை சினிமாத்தன்மையாக்கி, அனைத்திந்திய தமிழகச் சுரண்டும் வர்க்கங்களுடன் சமரசம் செய்து கொண்டு தி.மு.க. தன்னைப் பலவீனப்படுத்திக் கொண்டு விட்டது. ஏறத்தாழ 70 ஆண்டுக்கால வரலாறுடைய பார்ப்பனரல்லாதோர் இயக்கம் பார்ப்பனியச் சித்தாந்த மேலாண்மைக்கு எதிராகப் போராடுவதற்குத் தேவையான பத்திரிகை பலத்தைக்கூட உருவாக்கவில்லை. மேலும், அதன் சித்தாந்தங்களும் செயல்பாடுகளும் குட்டிபூர்ஷ்வா எல்லைகளைத் தாண்டிச் சென்று உழைக்கும் மக்களை ஒழுங்கமைத்துப் போராட்டப் பாதையில் அழைத்துச் செல்லக் கூடியனவாக இருந்ததில்லை.

மறுபுறம், திராவிட இயக்கங்களை விமர்சிக்கும் பார்ப்பனச் சக்திகளின் நோக்கம், அவற்றின் பலவீனங்களையும் சீரழிவையும் மட்டும் சுட்டிக் காட்டுவது அல்ல; பார்ப்பனியத்துக்கு எதிரான எல்லா வகையான உணர்வுகளையும் போராட்டங்களையும் முறியடிப்பதுதான். இந்திய மக்கள் எல்லாரும் ஒரே தாயின் மக்கள் என்ற ஒரு அருவமான ஒருமைக்குள் முரண்பாடுகளை மூடி மறைத்து விடுவதுதான். பார்ப்பனரல்லாதோர் இயக்கம் எந்த வடிவத்தில், எந்தச் சமயத்தில் தோன்றினாலும் அதைப் பிளவுபடுத்துவதும் இழிவுபடுத்துவதும்தான். மராட்டியத்தில் ஃபுலெ சத்ய ஷோதக் சமாஜத்தைத் தோற்றுவித்த போதும் சரி, தமிழ்நாட்டில் நீதிக் கட்சி தோன்றியபோதும் சரி, பார்ப்பனரல்லாதோர் இயக்கங்களைப் பிளவுபடுத்துவதில் மராட்டிய, தமிழ்ப் பார்ப்பனர்கள் அரும்பாடுபட்டனர். 1920களில் தமிழ் நாட்டுப் பார்ப்பனர்கள் முன்வைத்த வாதங்கள் அதே வடிவங்களிலேயே 1990களில் மீண்டும் முன்வைக்கப்படுவதைப் பார்க்கிறோம். அன்று அவர்கள் நீதிக்கட்சிக்குள்ளிருந்த சூத்திரர்

– பஞ்சமர் முரண்பாட்டைக் கூர்மைப்படுத்த மட்டும் முயற்சி செய்யவில்லை, நீதிக்கட்சியிலிருந்த தலித் தலைவர் எம்.சி. ராஜாவுக்கு எதிராக ஹோம்ரூல் ஆதரவாளரான வி.ஜி. வாசுதேவப் பிள்ளையை நிறுத்தி அவர்தான் உண்மையான தலித் தலைவர் என்றும் வாதாடினர். பார்ப்பனரல்லாதோரின் வகுப்புரிமைக்காக வாதாடிய நீதிக்கட்சியை வகுப்பு துவேஷிகள் என்று கூறிய அதே மூச்சில், காங்கிரசுக்குள்ளிருந்து கொண்டே பார்ப்பனரல்லாதோர் நலன்களைக் காத்துக் கொள்ள முடியும் என்று கூறிக் கேசவப்பிள்ளை, திரு. வி.க., சர்க்கரைச் செட்டி போன்ற பார்ப்பனரல்லாத தலைவர்களை முன்நிறுத்தினர். பின்னர் அவர்களது காலையும் வாரிவிட்டனர். அன்றும் சரி, இன்றும் சரி தமிழ்நாட்டுப் பார்ப்பனர்களிடம் சுயவிமர்சனம் என்பது ஒருபோதும் இருந்ததில்லை. சாதிய ஏற்றத் தாழ்வுகளுக்கும் ஒடுக்குமுறைகளுக்கும் வர்க்கச் சுரண்டலுக்கும் தாங்களும் பொறுப்பேற்றுக்கொள்ள வேண்டும் என்பதை அவர்கள் ஒப்புக் கொண்டதே இல்லை. மாறாக, சூத்திரர்கள் மீது பழி சுமத்துவதுதான் அவர்களது வழக்கமாக இருந்து வந்துள்ளது. இன்று அவர்கள் செய்யும் ஒரு புதுமை என்னவென்றால் தமிழவன்களை அந்தக் கைங்கரியத்துக்குப் பயன்படுத்திக் கொள்வதும் தமிழவன்கள் தம் பங்குக்கு ஆந்திரே பெடெய்ல்களை மேற்கோள் காட்டுவதும்தான். மண்டல் பரிந்துரைகள் குறித்து இந்தியா முழுவதிலும் இரண்டாண்டுகளுக்கு முன்பு நடந்த விவாதங்களில் பங்கேற்றவர்களில் ஒருவரான ஆந்திரே பெடெய்ல் கூறிய கருத்துகளில் ஒன்று: “சாதி என்பது அரசியலில் மட்டும்தான் செயல்படுகிறதேயன்றி வேறெங்கும் இல்லை” (Caste and Politics, Times of India, 11.9.90) ஆம்! இவர்தான் இந்தியாவின் தலைசிறந்த சமூகவியலாளராகக் கருதப்படுகிறவர்!

தமிழ்நாட்டில் இன்று பார்ப்பனியத்தை நியாயப்படுத்துவதிலும் வலுப்படுத்துவதிலும் ‘தினமணி’ முன்னணிப் பாத்திரம் வகிக்கிறது. அது பல்வேறு வகையான எழுத்தாளர்களையும் சிந்தனையாளர்களையும் இதில் ஈடுபடுத்துகிறது. தலைமுறை தலைமுறையாகவே நல்ல படிப்பும் அறிவுச்சூழலும் கொண்டிருக்கும் இவர்கள் வாசகர்களைப் பிரமிக்க வைக்கக் கூடிய வாதங்களை முன்வைக்கின்றனர். தமிழ் மொழி, பண்பாடு ஆகியவற்றைப்

பொருத்தவரை அவர்கள் வெவ்வேறு அணுகுமுறைகளைக் கையாள்கின்றனர். ஜே.எஸ்.ஸ்ரீநிவாசன், ஆர்.எஸ்.என். சத்யா போன்றோர் தமிழுக்கு தனித்தன்மை இல்லை, அது சமஸ்கிருத மூலத்திலிருந்து பிறந்தது என்று கூற, இந்திரா பார்த்தசாரதி போன்றவர்களோ "தமிழும் சமஸ்கிருதமும் இரு கண்கள்" என்று கூறுவர். தமிழ் மொழி, தமிழ்ப் பண்பாடு ஆகியவற்றின் வளர்ச்சி என்பதைப் பொருத்தவரை 1967 முதல் தமிழ்நாட்டு அரசாங்கப் பொறுப்பில் இருந்த தி.மு.க., அ.தி.மு.க. ஆகியவற்றின் சாதனை ஏதும் இல்லை என்பதாலும் ஆங்கில மோகத்தின் வளர்ச்சிக்கும் நர்சரிப் பள்ளிகளின் பெருக்கத்திற்கும் அக்கட்சிகளும் காரணமாக இருந்திருப்பதாலும் இந்திரா பார்த்தசாரதி எழுதியுள்ள "என்று தணியும் இந்த அடிமையின் மோகம்" "வேரில்லா அற்புதங்கள்" (தினமணி, 27-11-91, 9-1-98) என்ற கட்டுரைகளில் உள்ள கருத்துகளைத் திராவிட இயக்கத்தவரால் மறுக்க முடியாது. ஆனால் இந்தியாவில் உள்ள முதலாளித்துவம், ஏகாதிபத்தியம், பன்னாட்டு மூலதனம் ஆகியவை ஆங்கில ஆதிக்கம் தொடர்ந்து நிலவுவதைச் சாத்தியமாக்குகின்றன என்பதையும் சாதிய சமுதாய அமைப்பின் உச்சத்தில் இருக்கும் பார்ப்பனர்களின் ஆங்கில மோகம், அவர்களைப் போலவே வாழ்க்கையில் முன்னேற விரும்பும் பார்ப்பனரல்லாதவர்களையும் பார்ப்பனர்களின் வாழ்க்கை முறையைப் பின்பற்றியே செல்ல வேண்டிய கட்டாயத்தை உருவாக்குகிறது என்பதையும் இந்திரா பார்த்தசாரதி பேசுவதில்லை. உன்னதக் கலைகளுக்காக உயிரைவிடும் இ.பா. க்கள் பொருளாதாரச் சுரண்டல் பற்றி வாய் திறப்பதே இல்லை.

பார்ப்பனரல்லாதோர் இயக்கம் முழுவதையும் சத்யாவும் தமிழவனும் ஆங்கில அடிவருடிகளின் இயக்கம் என்று கூற, இந்திரா பார்த்தசாரதியோ பெரியாரை மட்டும் தனிமைப்படுத்தி அவரை அங்கீகரிக்கிறார் (வரலாற்றின் நகைச்சுவை, தினமணி, 80-1-92.) நாம் கேட்க விரும்புகிறோம்: "பெரியாரையாவது பார்ப்பனர்கள் ஏற்றுக்கொள்ள முன்வருவார்களா?" நீதிக்கட்சி நடத்திய போராட்டத்தைப் பொருத்தவரை "தனிப்பட்ட குழுக்களிடையே வேலைவாய்ப்புக்காக ஏற்பட்ட போராட்டமே" என்று இ.பா. கூறுகிறார். இது மண்டல் எதிர்ப்பாளர்கள் இன்று கூறிவரும் கருத்தேயன்றி வேறன்று. "வேலை வாய்ப்புக்கான

போராட்டமும்" கூட ஒரு ஜனநாயக உரிமைப் போராட்டம் என்பதை இ.பா. அங்கீகரிப்பதில்லை. ஆனால் தமிழ்நாட்டில் உள்ள சாதிய முரண்பாடுகளைப் பொருத்தவரை அவையெல்லாம் வெள்ளைக்காரன் வந்த பிறகே ஏற்பட்டவை என்று கூறுவதில் இ.பா., சத்யா, தமிழவன் ஆகியோர் அனைவரும் ஒரே அணியில் நிற்கின்றனர்.

பெரியார், பார்ப்பனியத்தை ஒரு "ஸ்தாபனமாகக் கருதித்தான் தன் எதிர்ப்புப் போக்குகளைத் தெரிவித்தார்" என்று இ.பா. எழுதுகிறார் (தினமணி 90-1-92). இந்த "ஸ்தாபனத்தை உருவாக்குவதில் பெரும் பங்கு வகிப்பவர்கள் பார்ப்பனர்கள்தானே" என்பதை அவர் ஏனோ சொல்ல மறுக்கிறார். 'செயத்தக்க அல்ல செயக்கெடும்' என்ற கட்டுரையில் (தினமணி. 90-11-92) தமிழண்ணல் முன்வைத்த மிக மென்மையான விமர்சனங்களையாவது பார்ப்பனர்கள் ஒப்புக்கொள்வார்களா என்பதும் தெரியவில்லை.

இதற்கிடையே, 'கணையாழி' என்ற மாத ஏட்டில் முஸ்தபா என்ற புனைப்பெயரில் எழுதும் தினமணி – கணையாழி ஆசிரியர் கஸ்தூரிரங்கன் "பார்ப்பனரும் திராவிடரே, ஆரியமும் திராவிடமே" என்றெழுதிவிட்டார். எனவே சாதாரண பார்ப்பனியத்தைவிடத் திராவிட தினமணியின் பார்ப்பனியம் மீது கூடுதலான கவனம் செலுத்த வேண்டியதாகிறது. பார்ப்பனியத்தை நியாயப்படுத்துவதற்காகத் "தினமணி" கடந்த ஆறேழு மாதங்களாக வெளியிட்டு வரும் கட்டுரைகளின் சாரத்தை எதிர்கொண்டு அதற்குப் பதிலெழுத முடிவு செய்தோம். நாங்கள் நீதிக்கட்சிக்கோ, திராவிடர் இயக்கத்திற்கோ வால்பிடிப்பவர்கள் அல்லர் நாங்கள் தமிழிலும் ஆங்கிலத்திலும் எழுதி இதுவரையிலும் வெளியிடப்பட்டுள்ள கட்டுரைகள், இனித் தொடர்ந்து வெளி யிடப்படும் படைப்புகள் ஆகியன எங்கள் பார்வையிலுள்ள திறனாய்வு நோக்கைப் புலப்படுத்தும். நாங்கள் எந்தவொரு கட்சியையும் குழுவையும் சேர்ந்தவர்களல்லர். ஒரு சிறுபத்திரிகைச் சூழலும் கூட எங்களுக்கில்லை. எனவே, கிடைக்கக்கூடிய வாய்ப்புகளைப் பயன்படுத்தி எங்கள் எழுத்துகளைப் பிரசுரம் செய்ய வேண்டியவர்களாக உள்ளோம்.

பார்ப்பனியம் என்பதைப் பொருளாதார அடித்தளம், சித்தாந்த

மேலடுக்கு ஆகிய இரண்டிலும் நிலவக்கூடியதாகவே கருதுகிறோம். 'தினமணி'க்கு நாங்கள் எழுதிய கட்டுரைகள் கருத்துப் போராட்டச் சூழலில் (Polemical Context) எழுதப்பட்டவை. எனவே அவற்றுக்கே உரிய வரம்புகளும் குறைபாடுகளும் இருப்பதில் வியப்பில்லை. எதிராளிகளின் வாதங்களை அவர்களுக்கு எதிராகவே திருப்புதல் என்ற அடிப்படையிலும் எங்கள் கூற்றுகள் பல இடங்களில் அமைந்துவிட்டன. எதிராளிகள் கூறும் சில தவறான கருத்துகளையும் அவர்களது கூற்றுகளில் உள்ள முரண்பாடுகளையும் சுட்டிக்காட்டக்கூட முடியவில்லை. எடுத்துக்காட்டாகத் தமிழவன் தன் கட்டுரையில் "அன்னிபெஸன்ட் 'ஹோம் ரூல்' இயக்கத்திற்குத் தன்னுடைய தியாஸபிகல் பின்னணியுடன் வந்தபோது அவிழ்த்துவிட்ட கட்டுக்கதைதான் பிராமணர்கள் ஆரியர்கள் என்ற கதை" என்று முதலில் எழுதுகிறார். பின்னர் வேறொரு இடத்தில் "பிராமணர்கள் ஆரியர்களாக மாறியது சத்யா சொல்வது போல் 1916இல் ஒரு ஜாயிண்ட் ஸ்டாக் கம்பெனியாக சௌத் இண்டியன் பீப்பிள்ஸ் அசோஸியேஷன் அமைக்கப்பட்ட பிறகுதான்" என்று கூறுகிறார். எம்.சி. ராஜாவுக்கும் பிட்டி தியாகராயர் உள்ளிட்ட சில நீதிக்கட்சித் தலைவர்களுக்கும் ஏற்பட்ட முரண்பாடு 1921 பின்னி ஆலைத் தொழிலாளர் வேலை நிறுத்தத்தின் போதுதான். அன்று தொழிலாளர் நலம், தாழ்த்தப்பட்ட வகுப்பினர் நலம் ஆகிய இரண்டும் வெள்ளைக்கார அதிகாரி வசமே இருந்தன. தொழிலாளர் வேலை நிறுத்தத்தை உடைப்பதற்கு வெள்ளைக்கார அதிகாரி எம்.சி. ராஜாவையும் ஆதிதிராவிடத் தொழிலாளிகளையும் பயன்படுத்திக் கொண்டான். வெள்ளையர் நடந்து கொண்ட விதத்தைக் கண்டித்ததால் லோபோ என்ற நீதிபதி இடமாற்றம் செய்யப்பட்டார்.

பார்ப்பனர்கள் என்ற சொல்லை நாங்கள் பயன்படுத்து கையில், ஒரு மார்க்சியவாதி 'முதலாளி வர்க்கம்' என்பதை ஒட்டுமொத்தமாக எதிர்க்கையில் அவ்வர்க்கத்தைச் சேர்ந்த சிலர் பாட்டாளி வர்க்கத்திடம் வந்து சேரும் சாத்தியப்பாட்டைக் கருத்தில் கொள்வாரோ அவ்வாறே பார்ப்பனர்களிற் சிலர் பார்ப்பனரல்லாதோர் பக்கம் வந்து சேரும் சாத்தியப்பாட்டையும்

நாங்கள் மறுக்கவில்லை. பார்ப்பனர்கள் அனைவரிடமும் மாற்றவே முடியாத உயிர் மரபியல் கூறுகள் (Genetic aspects) இருப்பதாக நாங்கள் கருதுவதில்லை. மார்க்சியம் மட்டுமே எங்களது பார்வைக்கான அடிப்படை. எனினும் ஃபுலெ, அம்பேத்கர், பெரியார் ஆகியோரின் கருத்துகள் பல இந்தியச் சமுதாயத்தையும் சாதியத்தையும் புரிந்துகொள்ள உதவுபவை என்றும் நம்புகிறவர்கள்.

பார்ப்பனர் – பார்ப்பனிய எதிர்ப்பு திராவிட இயக்கங்களின் முற்றுரிமையாக இருக்க வேண்டியதில்லை, ஆனால் மார்க்சியவாதிகள் காணத் தவறிய 'பார்ப்பனியம்', 'சாதியம்' என்ற விஷயங்களை முதன் முதலில் எழுப்பியவர்கள் திராவிட இயக்கத்தினர்தாம் (இவர்களில் 'ஆங்கில அடிவருடி'களான நீதிக்கட்சியினரும் கோ. கேசவன் போன்ற மார்க்சியவாதிகளால் 'பிழைப்புவாதி' என்றழைக்கப்படும் பெரியாரும் அடங்குவர்) என்பதை நாம் மறுக்கவியலாது. இப்போதுள்ள பிரச்சினை அவர்களது நிலைப்பாட்டிலிருந்தே செயல்படுவதன்று; அவர்களையும் கடந்த ஒரு நிலைப்பாட்டிலிருந்து செயல்படுவதுதான்.

இத்தொகுப்பில் இந்திரா பார்த்தசாரதி, ஆர்.எஸ்.என். சத்யா, தமிழவன் ஆகியோர் 'தினமணி'யில் எழுதிய கட்டுரைகள், கடிதங்கள், அவற்றுக்கு நாங்கள் எழுதிய பதில்கள் (முழுமையாகப் பிரசுரிக்கப்பட்டவை, தணிக்கை, செய்யப்பட்டுப் பிரசுரிக்கப்பட்டவை, பிரசுரிக்கப்படாதவை) ஆகியன உள்ளன. எங்கள் மூலக்கட்டுரையிலிருந்து வெட்டி நீக்கப்பட்ட பகுதிகள்[......] என்ற அடைப்புக் குறிகளுக்குள் தரப்பட்டுள்ளன. பார்ப்பனர் – பார்ப்பனிய எதிர்ப்பாளர்களைப் பிரிவினைவாதிகள், தேசவிரோதிகள் என்று சித்திரிக்கும் நோக்கத்துடன் மு. பாவாணன் என்பவர் எழுதிய கடிதத்தைத் தினமணி: பிரசுரித்துள்ளது. அதையும் நாங்கள் இத்தொகுப்பில் சேர்த்துள்ளோம். விவாதத்தை முடித்து வைத்த சத்யாவிற்குப் பதில் எழுதி அதனையும் சேர்த்துள்ளோம். சாதிய – வர்க்கப் பிரச்சினைகள், தேசிய இனச் சிக்கல்களுக்கும் பார்ப்பனியத்துக்குமிடையே உள்ள தொடர்பு ஆகியவற்றை

விளக்கும் 'டாக்டர் கே. பாலகோபாலுடன் ஓர் நேர்காணல்' இந்நூலில் சேர்க்கப்பட்டுள்ளது. "ஆரிய– திராவிட விவாதம் இத்துடன் முடிவடைகிறது" என்று தினமணி ஆசிரியர் 29-2-92இல் அறிவித்துள்ளார். நாங்கள் அதை நம்பத் தயாராக இல்லை!

எஸ்.வி. ராஜதுரை – வ. கீதா

சென்னை

8.9.1992

* இந்நூலின் பக்கம் 41-42இல் உள்ள கடிதம் 25.1.1992ஆம் தேதி எஸ்.வி ராஜதுரை, வ. கீதா ஆகியோரால் எழுதப்பட்டதாகும். 102-109ஆம் பக்கங்களில் காணப்படும் "என்றோ தோன்றிவிட்டது ஒருமைப்பாடு!" என்ற கட்டுரையை எழுதியவர் மு. பாவணன். இந்த விவரங்கள் அச்சாக்கத்தின்போது விடுபட்டுவிட்டன.

என் பார்வையில்...

'பார்வைக் கோளாறுகள்?'
– இந்திரா பார்த்தசாரதி

அண்மையில் மைசூருக்குச் சென்றிருந்தேன். அங்குக் 'கலா மந்திரா' என்ற மையமொன்றிருக்கிறது; கலை நிகழ்ச்சிகளுக்கான மையம்; கலை நேர்த்தியுடன் கட்டப்பட்டுள்ள அற்புதமான மாளிகை.

மாடியில் உலகத்தின் பல பாகங்களிலிருந்து சேகரிக்கப்பட்ட கலைநிகழ்ச்சி 'போஸ்டர்'கள். நம்மூர் திரைப்பட 'போஸ்டர்'கள் மாதிரி இல்லை. ஒவ்வொன்றும் ஒரு ரஸானுபவம். கீழே கர்நாடக மாநிலக் கலை வடிவங்களைப் பற்றிய படங்கள், சிற்பங்கள்.

'கலா மந்திரா'வுக்குப் பின்னால் 'ரங்காயன்' இருக்கிறது; நாடகப் பள்ளி; மூன்று வருஷப் படிப்பு. ஒவ்வோர் ஆண்டும் மாணவர்களைச் சேர்த்துக் கொள்வதில்லை. பழைய மாணவர்களின் மூன்று வருஷப் படிப்பு முடிந்த பிறகுதான் புதிய மாணவர்கள் சேர்த்துக்கொள்ளப்படுகிறார்கள்.

மாணவர்களுக்குக் குருகுல வாசம்,

பாடத் திட்டமென்ற ஒரு குறுகிய வரையறை கிடையாது. கலையின் எல்லாத் துறைகளிலும் மாணவர்களுக்கு இயல்பான ஈடுபாடு உருவாக்குவதையே இலட்சியமாகக் கொண்ட சுதந்திரமான கல்வி அமைப்பு அது. மாணவர்களின் ஆர்வத்தையும், உற்சாகத்தையும் அவர்கள் பங்கேற்கும் நிகழ்ச்சிகளில் தெளிவாகக் காண முடிகிறது.

'கலா மந்திரா'விலிருக்கும் பெரிய அரங்கத்தைத் தவிர, நாடகம் நடத்துவதற்கென்று 'ரங்காயனு'க்குச் சொந்தமான திறந்த வெளி அரங்கு.

மரங்களில் மின்னும் ஒளிப்பூக்கள். பச்சைப் பசேலென்ற இயற்கையைப் பின்னணியாகக் கொண்ட திறந்தவெளி அரங்கில் கிரேக்க நாடகங்களிலிருந்து நவீன நாடகம் வரை, எதை வேண்டுமானாலும் நடத்திக் காட்ட முடியும்.

சுற்றிச் சூழ்ந்த ஒவ்வொரு கற்பாறைத் தூணுக்கும் கலையின் விளக்கம். கன்னடக் கவிஞர் புட்டப்பாவின் படைப்பொன்று கல்லில் கவிதையாக நிற்கிறது.

'கலா மத்திரா' ஒரு கலைஞரின் கனவு, நனவாகிய அற்புதம். கனவு கண்டவர் பி.வி. காரந்த். பாரதத்தின் தலைசிறந்த நாடக மேதைகளிலொருவர். அவர் கனவை நனவாக்கியவர்... யார் தெரியுமா?... மூக்கின் மீது விரலை வைக்க வேண்டியது அவசியந்தான்.

கர்நாடக அரசு!

ஓர் அரசாங்கம், இப்படிப்பட்ட நல்ல காரியத்தைச் செய்ய முடியுமாவென்று தமிழ் மக்கள் யோசிப்பது எனக்குப் புரிகிறது; அவர்கள் பெருமூச்செறிவதும் என் காதில் விழுகிறது.

மற்றோர் அதிர்ச்சி

இன்னோர் அதிர்ச்சி! கேட்கத் தயாராக இருங்கள்.

'கலா மந்திரா' உருவாகி, நான்கு கட்சிகள் பதவிக்கு வந்துவிட்டன.

ஆனால், எந்தக் கட்சி அரசாங்கமும் காரந்தின் நற்பணியில் குறுக்கிடவில்லை. அரசியலில் சாதிக் குழப்பங்கள் இருந்தாலும், கலைத்துறையில் சாதிக்கு இடமே இல்லை. கலைத்துறை, கட்சிப் பார்வையினின்றும் தப்பி இருப்பதன் காரணமாகத்தான், கர்நாடக மாநிலத்துக்கு இன்றுவரை ஆறு ஞானபீடப் பரிசுகள் கிடைத்திருக்கின்றன. அவ்வாறு பரிசு பெற்றவர்களிலொருவர் தமிழைத் தாய்மொழியாகக் கொண்ட ஒரு பிராமணர். அவர் தாய்மொழி தமிழ் என்றோ அல்லது அவர் இன்ன சாதியைச் சேர்ந்தவரென்றோ பிரக்ஞை கன்னட அறிவுஜீவிகளுக்கு அறவே இல்லை. 'அறிவுஜீவிகள்' என்று நான் குறிப்பிடுவதற்குக் காரணம், தமிழ்நாட்டுப் பண்பாட்டுச் சூழலை நாம் எண்ணிப் பார்க்க வேண்டும்.

இன்று அறிவுஜீவிகள் என்று தங்களைச் சொல்லிக் கொள்கிறவர்களுக்குக் கலையோ, அரசியலோ எதுவாக இருந்தாலும் சரி, தெரிந்த ஒரே கோஷம், சாதிதான். ஒருவரைத் திட்ட அகராதியில் கெட்ட வார்த்தைகளைத் தேடி – இந்த வகையில், நம் தமிழகராதிகள் புனிதமானவை, அவற்றில் கெட்ட வார்த்தைகளே இல்லை – அலைய வேண்டியதில்லை; ஒருவர் சாதியைக் குறிப்பிட்டாலே போதும், அதுவே கெட்டவார்த்தை.

இது நம் சுதந்திரத்துக்குப் பிறகு ஏற்பட்டுள்ள பண்பாட்டுச் சூழல். மாயூரம் வேதநாயகம் பிள்ளை காலத்தில் இல்லை. புதுமைப் பித்தன் காலத்தில் இல்லை. கு.பா.ரா., காலத்தில் இல்லை. இன்றுதான் இந்த அவலநிலை தமிழகத்தில் ஏற்பட்டிருக்கிறது.

அண்டை மாநிலங்களுடன் ஒப்பிடும்போது, ஒரு நீண்ட கலைப் பாரம்பரியத்துக்கு வாரிசான நம் தமிழினம், இன்று ஒரு குறுகிய எல்லைக்குள் தன்னைச் சிறைப்படுத்திக் கொண்டு, இந்த எலி வளையையே பிரபஞ்சமாக நினைத்து மகிழ்கின்றதே என்பதுதான் என் ஆதங்கம்.

சமீபத்தில் மைசூரில் நான்கு நாட்கள் நாடக விழா நடந்தது. ஒவ்வொரு நாளும் ஒரு செய்தி அறிக்கை வெளியிட்டார்கள். அதில் ஒவ்வொரு நாளும், கர்நாடகத்தின் தலைசிறந்த படைப்பாளிகளைக் குறிப்பிட்டு அறிமுகம் செய்தார்கள்,

படைப்பாளிகளைச் சாதி அடிப்படையில் தேர்ந்தெடுக்கவில்லை. கலைத்தரமே அடிப்படைத் தகுதி. வெவ்வேறான இலக்கியக் கோட்பாடுகளை உடையவர்களாக இருந்தாலும், அவர்களுடைய சாதனை நோக்கியே குறிப்பிடப்பட்டிருந்தார்கள். தமிழ்நாட்டிலிருப்பது போல், குழு மனப்பான்மை ஏதுமில்லை.

எத்தனைக் குழுச் சண்டைகள்!

ஜனரஞ்சக இலக்கியம், "சீரியஸ்" இலக்கியம் என்ற பாகுபாடு உலகில் எல்லா மொழிகளிலுமிருக்கின்றன; இந்திய மொழிகளிலுமுள்ளன.

ஆனால், தமிழ்நாட்டில் இந்தப் பாகுபாடு, இலக்கியப் பிரக்ஞையாகப் படித்தவர்கள் மனத்தில் உருவாகவில்லை என்பது உண்மைதான். ஆனால், "சீரியஸ்" இலக்கியவாதிகளிடையே எத்தனைக் குழுச் சண்டைகள்!

ஃபாக்னர், ஹெமிங்வே, சால் பெல்லோ, ஸ்டீன்பெக் ஆகிய அமெரிக்க எழுத்தாளர்கள் ஒவ்வொருவரும் அவர வருக்கென்று தனித்தன்மை வாய்ந்த இலக்கியக் கோட்பாடுகளையுடையவர்கள். அதற்காக, 'ஃபாக்னர் எழுதுவது இலக்கியமில்லை, சால் பெல்லோ எழுதுவதுதான் இலக்கியம்' என்றெல்லாம் இலக்கியக் குழாயடிச் சண்டைகள் அமெரிக்காவில் இருப்பதாகத் தெரியவில்லை. ஆக்கபூர்வமான விமர்சன நோக்கில், அங்கு இலக்கிய நூல்கள் ஆராயப்படுகின்றன. ஒரு நூல் நல்ல இலக்கியமா, இல்லையா என்று தீர்மானிக்கும் அளவுகோல் அழகியல் பார்வை; யூதர், ஐரிஷ், ஜெர்மானியர் போன்ற இவ்வாசிரியர்களைப் பற்றிய ரிஷிமூலப் பார்வை இல்லை, சாதி பிறப்பிலில்லை; அது நம் மனத்தில் இருந்து கொண்டேயிருக்கிறது.

நான் சாதியில் பார்ப்பனனல்லேன் என்று என்னால் உறுதியாக நினைக்க முடிகின்றதென்பதால், பலருக்கு அசௌகர்யமாகத் தோன்றும் பல கேள்விகள் என்னுள் எழுகின்றன;

தமிழக அரசின் செயலுக்குக் காரணம்

பாரதி நூற்றாண்டைக் கொண்டாடும்போது (அதைத் தில்லி அரசாங்கம் அரை மனத்துடன் கொண்டாடியதென்பது

வேறு பிரச்சினை), பாரதிதாசனுக்கும் நூற்றாண்டு விழாவோ என்று ஐயுறும் வண்ணம், பாரதியையும் பாரதிதாசனையும் இணைத்தே தமிழ்நாட்டரசு பார்த்ததற்கு என்ன காரணம்? (சில ஆண்டுகளுக்குப் பிறகு வந்த பாரதிதாசன் நூற்றாண்டு விழாவுக்குரிய சிறப்பு, ஓரளவு குறைந்து போனதற்கு இதுவுமொரு முக்கியக் காரணம்.) தமிழ்நாட்டரசால், பாரதி பார்ப்பனச் சாதியில் பிறந்தவர் என்பதை மறக்க முடியவில்லை. "மறவன் பாட்டு" எழுதிய பாரதிக்கு, அவர் சாதியை மனத்தில் கொண்டு, 'இவ்வாறா விழா எடுத்திருக்க வேண்டும்!' என்று எனக்குத் தோன்றுகிறது.

பாரதிதாசன் உயிருடன் இருந்திருந்தால் அவர் இதற்கு நிச்சயமாக உடன்பட்டிருக்கமாட்டார். பாரதி, பாரதிதாசன் போன்ற மாபெரும் கவிஞர்களை, "ஓராயிர வருடம் ஓய்ந்து கிடந்த பின்னர் வாராதுபோல் வந்த மாமணிகளை" சாதிக் கண் கொண்டு பார்ப்பது, நாம் எந்த அளவுக்குக் குறுகிப் போயிருக்கிறோமென்று நமக்கே அறிவுறுத்தும்.

ஆனால், நாம் செய்ய வேண்டியதைச் செய்யவில்லை.

பாவேந்தர் நூற்றாண்டு விழாவை ஒரு தேசிய விழாவாகக் கொண்டாட நாம் தில்லியை வற்புறுத்தவில்லை. பாரதி வாழ்ந்த காலத்தில், பாரதி நாட்டுக்குத் தேவையாக இருந்தார். பாரதிதாசன் வாழ்ந்த காலத்தில் தமிழ்நாட்டுக்குத் தேவையாக இருந்தார். இந்த வரலாற்றுப் பின்னணியில்தான், நாம் இந்த இரண்டு கவிக்குயில்களையும் ஆராய வேண்டும்.

பாரதிதாசனைப் போன்ற மொழிப் பண்பாட்டின் உணர்வு மிக்க கவிஞர், நஸ்ரூல் இஸ்லாம். இந்த வங்கக் கவிஞர் விழாவை எவ்வளவு சிறப்பாகக் கொண்டாடினார்கள் என்று நினைத்துப் பார்க்கும் போதுதான், நான் சொல்வது விளங்கும்.

ஆகவே, தமிழர்கள் செய்ய வேண்டியதைச் செய்யாமல், செல்லரித்துப் போனவற்றைத் தேடிக் கண்டுபிடித்துத் தங்கள் சிந்தனையைக் குழப்பிக் கொள்கிறார்கள் என்பது என் குற்றச்சாட்டு.

தமிழுக்கு எதிரான சில பிராமணர்கள்

நான் பிராமணர்களுக்காக வழக்காடவில்லை. தமிழை 'நீச பாஷை'யாகக் கருதிய பல பிராமணர்கள் இருந்திருக்கின்றார்கள். இது ஐரோப்பியத் தொடர்பினால் ஏற்பட்ட சாபக்கேடு, சென்னைப் பல்கலைக்கழகத்தில் தமிழ் ஒரு பாடமாக இருத்தல் வேண்டுமா என்று இந்நூற்றாண்டுத் தொடக்கக் காலத்தில் சில பிராமணர்கள் கேட்டிருக்கிறார்கள் என்பதையும் நானறிவேன்.

ஆனால், அவ்வாறு கேட்ட பிராமணர்களுக்குச் சமஸ்கிருதமும் தெரியாதென்று, குடந்தைக் கல்லூரியில் என்னுடைய முன்னாள் பேராசிரியர் சுப்ரமணிய ஐயர் வேடிக்கையாகக் கூறுவதுண்டு.

தமிழிலக்கிய வரலாற்றைப் பார்க்கும் போது, மேலைநாட்டினர் வரும்வரை, எந்தக் காலகட்டத்திலும், தமிழிலக்கியம் படைத்த கவிஞர், பிராமணரா, பிராமணர் அல்லாதவரா என்ற அணுகுமுறை இருந்ததாகத் தெரியவில்லை.

'அரையர் சேவை'யில் 'பள்ளுப்பாட்டு' என்ற ஒரு பிரிவுண்டு. பிற்காலத்திய 'பள்ளு'க்கும் இதற்கும் எந்தவிதமான தொடர்பும் இல்லாவிட்டாலும், இனிமைக்காகவும் சந்தத்துக்காகவும் இது 'பள்ளுப்பாட்டு' என்றழைக்கப்படுகின்றது. இசையின் ஓசை நயத்தைப் பார்க்கும்போது, இது பள்ளர்கள் பாடும் பாட்டு என்று உறுதியாகச் சொல்லலாம். இதைக் கோயிலில் பாடுவதற்கென்று ஏற்றுக்கொண்டபோது, சாதி அணுகுமுறை இல்லை என்பது புலனாகும்,

தெருக்கூத்து

இதைப்போலத்தான் 'தெருக்கூத்து'.

தெருக்கூத்தை நாட்டார் கலை என்கிறார்கள். இது எந்த அளவுக்குப் பொருந்துமென்று விளங்கவில்லை. கருப்பொருள் பாரதக் கதைகள்; அடவுகள், அபிநயத் தர்ப்பணம் போன்ற நூல்களிலிருந்து ஆளப்படுபவை. நாம் 'செவ்வியல்', 'நாட்டார் கலை' என்று மேல்நாட்டுப் பாகுபாடுகளை மனதில் கொண்டு, சம்ஸ்கிருதம் அல்லாதவற்றை மிகச் சுலபமாக 'நாட்டார் கலை'

என்று கூறிவிடுகிறோம். இந்தியாவில் இத்தகைய பாகுபாடு இருந்ததாகவே தெரியவில்லை. 'கதகளி'யைச் 'செவ்வியல் கூத்தாக'வும், தெருக்கூத்தை 'நாட்டார் கூத்தாக'வும் கொள்வதற்கு என்ன அணுகுமுறை உண்டு என்று யாரும் இதுவரை தெளிவாக விளக்கவில்லை.

'நாட்டிய தர்மி', 'லோக் தர்மி' என்ற பாகுபாடு ஆழம், எளிமை என்ற அனுபவ வேறுபாட்டை அடிப்படையாகக் கொண்டனவே தவிர, 'செவ்வியல்' 'நாட்டார்' துறை என்ற பிரிவுகளுக்குள் அடங்குவன என்று சொல்வது பொருந்தாது.

தமிழில் கூறப்படுகின்ற 'வேத்தியலும், பொதுவியலும்' வேறுபாட்டுப் பிரக்ஞை தோன்றாமல் ஒன்றையொன்று பாதித்து வந்திருக்கின்றன.

இதற்குச் சான்றுகள், 'கோயிலொழுகு' என்ற நூலில் படிக்கக் காணலாம்.

திருமங்கை மன்னன், மாணிக்கவாசகர் போன்ற பக்திக் கவிஞர்கள் பாடல்களில், இக் காலத்திய வரையறையாகக் கருதப்படும் நரட்டார் 'கலை'க் காட்சிகள் பல பயின்று வருகின்றன. ஆனால், இவ்வாறு பாகுபடுத்த வேண்டியது அவசியந்தானா என்று நாம் யோசிக்க வேண்டும்.

மேலை அளவுகோல் நமக்குப் பொருந்தாது

மேல் நாட்டுக் கலைத் துறை அளவுகோல்கள் நமக்குப் பொருந்தா. மேல் நாட்டிலும், குறிப்பாக ஆங்கில இலக்கியத்தில், எது செவ்வியல் இலக்கியம், எது நவீன இலக்கியம் என்பதைப் பற்றிய விவாதம் அண்மைக் காலமாக எழுந்து வருகிறது.

'பென் ஜான்ஸன், மில்டன் போன்றவருடைய படைப்புகள் செவ்வியல் இலக்கியம்; ஷேக்ஸ்பியர் நாடகங்களைச் செவ்வியல் இலக்கியம் என்று கூறமுடியாது. ஏனெனில், ஷேக்ஸ்பியர் சாதாரண மனிதனுக்காகத்தான் எழுதினார். எளிமையும் ஆழமும் அவற்றில் இயல்பாகவே அமைந்து விட்ட காரணத்துக்காக, ஷேக்ஸ்பியரைச் செவ்வியல் இலக்கியப் படைப்பாளிகள்

கோஷ்டியில் சேர்த்துவிட முடியாது. இத்த அறிவுஜீவிகளின் சமூகத்தில், ஃபால்ஸ்டாஃபைத் தந்த ஷேக்ஸ்பியரால் சந்தோஷமாக இருக்கமுடியாது என்கிறார் போலிஷ் இலக்கியத் திறனாய்வாளர் ஒருவர்.

வெல்ஷ் வட்டார வழக்கில், நளினமான கவிதைகளை இயற்றியிருக்கும் டைலன் தாமஸ் என்ற அண்மைக் காலத்திய கவிஞரை (இவர் 99 வயதிலேயே இறந்துபோனது கவிதை உலகுக்கு ஒரு பெரிய நஷ்டம்), நாட்டார் வழக்கியல் கவிஞராக ஆங்கிலேயர்கள் கொள்ளவில்லை.

மேலும், மேல்நாட்டில் செவ்வியல், நாட்டாரியல் பாகுபாடு, சமூக அமைப்புரீதியாக எந்தப் பாதிப்பையும் ஏற்படுத்துவதற்குக் காரணமாக அமைந்துவிடாது.

ஆனால் தமிழ்நாட்டில்?

சாதிப் பாகுபாட்டை – உயிர்ப்பிப்பதற்குக் காரணமாக அமைந்துவிடுகின்றது.

சம்ஸ்கிருதத்தைச் செவ்வியல் மொழியாகக் கொண்டு, இதை ஒரு குறிப்பிட்ட சாதியாருக்குரிய மொழியாக நாம் இன்னும் பேசிவரவில்லையா?

பாகவத மேளாவும், தெருக்கூத்தும் கிராமத்தில் நிகழ்கின்றன என்றாலும், சாதி அடிப்படையில் ஒன்று செவ்வியல் கலையாகவும் மற்றொன்று நாட்டார் கலையாகவும் பேசப்பட்டுவருவதுதான் நம் பார்வையின் கோளாறு,

தினமணி, 18–12–1991

வாசகர் மன்றம்

‘பார்வைக் கோளாறுகள்’

‘தினமணி’ டிசம்பர் 18 இதழில் இந்திரா பார்த்தசாரதி எழுதியுள்ள ‘பார்வைக் கோளாறுகள்’ கட்டுரை குறித்துச் சில கருத்துகள்:

1. கன்னட இலக்கிய உலகைப் பற்றிய சரியான புரிதல் அவரிடம் இருப்பதாகத் தெரியவில்லை. முதலாவதாக, சமகாலக் கன்னட இலக்கியவாதிகளான யு.ஆர். அனந்தமூர்த்தி, லங்கேஷ் போன்றோர் பார்ப்பனியத்தின் சீரழிந்து போன மதிப்பீடுகள் பற்றித் தமது படைப்புகளில் எழுதியுள்ளனர். அதே சமயம் யு.ஆர். அனந்தமூர்த்தியின் ‘சம்ஸ்காரா’ நாவல் பார்ப்பனியத்தை விமர்சிப்பதுபோல் மேற்பரப்புக்குத் தோன்றினாலும் உண்மையில் அவர் பிராணேசாசாரியா என்ற பாத்திரப் படைப்பின் மூலம் ஒரு ‘இலட்சிய’ பார்ப்பனிய விழுமியத்தை உயர்த்திப் பிடிக்கவே செய்கிறார் என்ற விமர்சனமும் தலித் எழுத்தாளர்களால் செய்யப்பட்டிருக்கிறது.

இரண்டாவதாக, கன்னடத்தில் ‘தலித் சாகித்ய’ (தலித் இலக்கியம்), சூத்ர சாகித்ய ஆகிய போக்குகள் பல ஆண்டுகளாக நிலவி

வருகின்றன. கவிஞரும் சிறுகதையாசிரியரும் நாவலாசிரியருமான தேவலூர் மகாதேவா, கவிஞர்கள் சித்தலிங்கையா, ரம்சான் தர்கா ஆகியோரும் 'சூத்ரா' சீனிவாசும் குறிப்பிடத்தக்கவர்கள். இவர்களது படைப்புத் திறமை உயர்சாதி எழுத்தாளர்களைவிட எவ்விதத்திலும் குறைந்ததன்று. 'சூத்ரா' சீனிவாஸ் கடந்த 15 ஆண்டுகளாக நடந்திவரும் 'சூத்ரா' என்ற ஏட்டில் படைப்பிலக்கியவாதிகளுடன் முனைவர் எஸ். சந்திரசேகர், நடராஜ ஹூலியார் போன்ற சிந்தனையாளர்கள் மட்டுமல்ல, பண்டிகாராத்யா சிவாச்சார்யா போன்ற சைவத்துறவிகளும்கூட எழுதியுள்ளனர். தலித் சாகித்ய எழுத்தாளர்களும் சூத்ரா சாகித்ய எழுத்தாளர்களும் சாதியத்தை குறிப்பாகப் பார்ப்பனியத்தை சாடும் எழுத்துகளை எழுதி வருகின்றனர்.

மூன்றாவதாக, மாஸ்தி வெங்கடேச ஐயங்கார் என்ன ஜாதியைச் சேர்ந்தவர் என்ற பிரக்ஞையே கன்னட அறிவுஜீவிகளுக்கு இல்லை என்று இ.பா. கூறுவதில் உண்மையில்லை, பல கன்னட எழுத்தாளர்கள் பார்ப்பனர்களின் சீரழிவை சித்திரித்துக் கொண்டிருந்த காலகட்டத்தில் அரசர்களின் சீரழிவையும் நசிவையும் பற்றி மாஸ்தி எழுதி வந்தார் என்ற விமர்சனம் கன்னட அறிவு ஜீவிகளிடமிருந்து எழுந்தது. அவர் எழுதிய 'சிக்க வீர ராஜேந்திரா' இந்த அடிப்படையில் விமர்சிக்கப்பட்டது.

நான்காவதாக, அண்மையில் ஞானபீடப் பரிசு பெற்ற கோகக்கின் 'இலக்கியப் படைப்பு'கள் பற்றிய உயர்வான எண்ணம் மிகப்பெரும்பாலான கன்னட அறிவுஜீவிகளுக்கு இல்லை. அவர் எழுதும் கன்னடம், தமிழ்நாட்டிலுள்ள மணிப் பிரவாளம் போல, சமஸ்கிருதத்தை அளவுக்கதிகமாகக் கலந்து எழுதப்படும் எளிதில் புரிந்து கொள்ளமுடியாத கன்னடம் என்பதை அவர்கள் சுட்டிக்காட்டுகின்றனர். மேலும், கருநாடகத்திலுள்ள தமிழ் மாணவர்கள் கல்வி நிறுவனங்களில் தமிழ் மொழியைப் பயில்வதற்கு அவர் ஏராளமான தடைகளை ஏற்படுத்தினார் என்பதால் தமிழர்கள் இந்த 'ஞானபீடா'திபதியை நினைத்து மகிழ வேண்டியதில்லை.

2. அமெரிக்க எழுத்தாளர்களான ஃபாக்னர், ஹெமிங்வே, சால்பெல்லோ, ஸ்டீன்பெக் ஆகியோரின் படைப்புகளை

அங்குள்ள இலக்கிய விமர்சகர்களும் அறிவு ஜீவிகளும் 'இலக்கியப் படைப்புகள்' என்ற அளவில் மட்டும் மதிப்பீடு செய்வதில்லை.

ஃபாக்னரின் எழுத்தகளிலுள்ள வெள்ளை இனவெறி, ஹெமிங்வேயின் பெண் விரோதம், சால்பெல்லோவின் யூத நிலைப்பாடு, ஸ்டீன்பெக்கின் ஆணாதிக்க மனப்பான்மை ஆகியன அங்குள்ள முற்போக்கு, பெண்நிலைவாத, கறுப்பின இலக்கிய விமர்சகர்களாலும் அறிவுஜீவிகளாலும் சாடப்பட்டுள்ளன.

3. "தமிழிலக்கிய வரலாற்றைப் பார்க்கும் போது மேலை நாட்டினர் வரும்வரை எந்தக் காலகட்டத்திலும், தமிழிலக்கியம் படைத்த கவிஞர் பிராமணரா, பிராமணரல்லாதவரா என்ற அணுகுமுறை இருந்ததாகத் தெரியவில்லை" என்கிறார் இ. பா. அப்படியானால் வெள்ளையர்கள் உருவாக்கிய இந்தியா, ஹிந்து என்ற கருத்தாக்கங்களையும் நாம் நிராகரித்துவிடலாமா?

("வெள்ளைக்காரன் நமக்கு ஹிந்துக்கள் என்று பொதுப் பெயர் வைத்தானோ நாம் பிழைத்தோம். அவன் வைத்த பெயர் நம்மைக் காப்பாற்றியது". காஞ்சி காமகோடி பீடாதிபதி சந்திரசேகரேந்திர சரஸ்வதி ஸ்வாமிகள், 'தெய்வத்தின் குரல்' முதல் பகுதி. பக். 267).

சம்ஸ்கிருதமயமாக்கல் என்பது ஒரு சமூக இயக்கப்போக்கு; சாதியமைப்பை ஏற்றுக்கொண்டு அதற்குள்ளேயே தமக்கு ஓர் உயர்வை ஏற்படுத்திக் கொள்ள விழைபவர்கள் இந்த இயக்கப் போக்கிலிருந்து தப்புவது கடினம். சாதிய அமைப்பைக் கட்டிக்காக்கும் பிராமணியச் சித்தாந்தத்தை ஒழித்தாலன்றி சம்ஸ்கிருதமயமாதல் நிகழ்ந்து கொண்டே இருக்கும்.

4. அரையர் சேவையில் பள்ளுப்பாட்டு சேர்க்கப்பட்டுள்ளமை சாதி அணுகுமுறை இல்லை என்பதைக் காட்டுகிறது என்கிறார் இ.பா. (எங்கு இல்லை என்பதை அவரது வாக்கியம் தெளிவாகச் சுட்டவில்லை.) பள்ளுப்பாட்டுதான் அரையர் சேவையில் இடம் பெற்றிருக்கிறதேயன்றி, பள்ளர்கள் இடம்பெறவில்லையே! அரங்கநாதருக்கு முன்னால் என்று பள்ளர்கள் அரையராக ஆட முடிகிறதோ அன்றுதானே சாதிப் பாகுபாடு ஒழியும்?

5. வேத்தியலும் பொதுவியலும் ஒன்றையொன்று பாதித்து வந்திருக்கின்றன என்பதற்கு ஆதாரமாக 'கோயிலொழுகு' என்ற நூலைக் குறிப்பிடுகிறார் இ.பா. ஆனால், அந்த நூலைப் பற்றி ஏதும் சொல்வதில்லை.

வைணவத்திற்குப் பரந்த சமூக அடித்தளத்தை உருவாக்க விழைந்த இராமானுசர் வகுத்த 'உடையவர் திட்டத்'தை விளக்கிக்கூறும் நூல் 'கோயிலொழுகு'. திருவரங்கத்திலுள்ள அரங்கநாதர் கோயில் திருப்பணிகளில் பல்வேறு சாதியினரும் பங்கேற்க வழிவகுத்த இத்திட்டத்தில், யார் யாருக்கு என்னென்ன கடமைகள், மரியாதைகள் உண்டு என்பதை, ஒரு சிக்கலான உழைப்பின் பிரிவினையின் அடிப்படையிலும் ஒருவரை மற்றவர் சார்ந்திருக்கும் வகையிலும் வரையறுத்துள்ளது இத்திட்டம்.

அதன் மூலம் இராமானுசரால் பல்வேறு சாதியினரையும் வைணவத்தின்பால் ஈர்க்க முடிந்ததேயன்றி, சாதி ஏற்றத்தாழ்வை ஒழித்துக்கட்ட முடியவில்லை. ஆயினும் அன்றைய அத்திட்டம், பதினான்காம் நூற்றாண்டின் முதல் பகுதிக்குப் பிறகு இராமானுசர் எண்ணப்படிச் செயல்படவில்லை; அது வெறும் சடங்காகவும் சம்பிரதாயமாகவும் குறுகிவிட்டது.

(Arjun Appadurai, Worship and Conflict under Colonial Rule, A South Indian Casr, Orient Longmans, 1981, p.76).

6. செவ்வியல் நாட்டாரியல் என்பன மேலை நாட்டார் வகுத்த அளவுகோல்களே என்று கூறித் தனது சுதேசி மனப்பான்மையை மீண்டும் காட்டிக் கொள்கிறார் இ.பா. அப்படியானால் நாவல், சிறுகதை, புதுக்கவிதை, குறுநாவல், பத்திரிகையியல், அடைப்புக்குறிகள், மேற்கோள் குறிகள், கால்புள்ளி போன்ற மேல் நாட்டுச் சரக்குகள் மட்டும் நமக்கெதற்கு?

7. 'தெருக்கூத்து' என்ற துணைத்தலைப்பின் கீழ் இ.பா. கூறும் கருத்துகளின் சாரம்: இங்கு சமஸ்கிருதப் பண்பாடும் தமிழ்ப்பண்பாடும் ஒன்றோடொன்று கலந்து விட்டன. நாட்டார் கலை, செவ்வியல் கலை எனப் பிரித்துப் பார்க்க முடியாது. இவ்வாறு பாகுபாடு செய்தவர்கள் மேலை

நாட்டவரே. வேத்தியலும் பொதுவியலும் ஒன்றுக்கொன்று மாறுபட்டவையல்ல. திருமங்கையாழ்வார், மாணிக்கவாசகர் போன்ற பக்திக் கவிஞர்களின் பாடல்களிலும் 'நாட்டார் கலை' சித்திரிக்கப்படுகிறது.

ஒப்புக்கொள்வோம். ஆனால் இன்று பரதநாட்டியம் மட்டுமே பயின்று அகடமி மேடைகளில் மட்டுமே ஆடுபவர்கள் ஏன் 'தெருக்கூத்து' பயின்று அம்மேடைகளில் ஆட முன்வருவதில்லை?

பிற்பட்ட, தாழ்த்தப்பட்ட சாதியினர் நிதழ்த்தும் தெருக்கூத்தை மியூசிக் அகாடமியில் ஆண்டுதோறும் நடக்கும் இசை விழாவின்போது நிகழ்த்துவார்களா?

பரதநாட்டியமும் கதகளியும் ஆடுபவர்கள் கரகாட்டமும் சிக்காட்டமும் ஒயிலாட்டமும் ஆடுவார்களா?

8. வெல்ஷ் வட்டார வழக்கில் எழுதிய டைலான் தாமஸை நாட்டார் வழக்கியல் கவிஞராக ஆங்கிலேயர் கொள்வதில்லை என்கிறார் இ.பா.

முதலாவதாக, வெல்ஷ் மொழி ஒரு வட்டார வழக்கு (dialect) அன்று; அது ஆங்கிலத்திலிருந்து முற்றிலும் வேறுபட்ட 'கெல்ட்டிக்' (Celtic) குடும்பத்தைச் சேர்ந்த மொழி. ஆங்கில ஏகாதிபத்தியவாதிகளால் திட்டமிட்டு ஒழிக்கப்பட்டு வருகின்ற மொழி,

மேலும், டைலான் தாமஸ் (வேல்ஸில் பிறந்து அமெரிக்காவில் வாழ்ந்தவர்) ஒரு ஆங்கிலக் கவிஞராகத்தான் அறியப்பட்டிருக்கிறாரேயன்றி வெல்ஷ் கவிஞராக அன்று. எழுத்தில் கவிதையை வடிக்கும்போதே அது இலக்கியமாகி விடுகிறதேயன்றி நாட்டார் வழக்காறாக இருப்பதில்லை.

செவ்வியல்-நாட்டாரியல், சமஸ்கிருதம், தமிழ், ஆரியம்-திராவிடம், பார்ப்பனர்-பார்ப்பனரல்லாதோர் என்ற பாகுபாடுகள் சாதிப் பாகுபாட்டை உயிர்ப்பிப்பதற்குக் காரணமாக உள்ளதாகக் கட்டுரை நெடுக இ.பா. கூறுகிறார்.

சாதிப் பாகுபாட்டை யாரும் உயிர்ப்பிக்க வேண்டியதில்லை. அது வலிவோடும் பொலிவோடும் நம்மிடையே வாழ்ந்து வருகிறது!

சாதிக்கும் கலை இலக்கியத்துக்குமிடையே எந்தவிதத் தொடர்பும் இருக்க முடியாது என்று இ.பா. வாதாடுவதில் பொருளில்லை.

நாம் வாழும் மெய்யுலகின் ஒரு பகுதியாகச் சாதியமைப்பும் பாகுபாடும் இருக்கும்போது அதைப்பற்றி எழுதாமலோ அதன் அடிப்படையில் மதிப்பீடுகள் வழங்காமலோ எவ்வாறு இருக்க முடியும்?

கண்ணுக்கெதிரே உள்ள பருண்மையான முரண்பாடுகளை யெல்லாம் பார்க்காமல் ஒரு அருவமான பொதுமையை நிறுவ முயல்வது ஒரு பார்வைக் கோளாறு"தானே!

எஸ்.வி. ராஜதுரை, வ. கீதா

தினமணி, 8-1-92

‘தினமணி’ பிரசுரிக்காத கடிதம்

சென்னை
9–1–92

அன்புள்ள ‘தினமணி’ ஆசிரியர் திரு கஸ்தூரிரங்கன் அவர்களுக்கு, தங்களது *91–12–91*ஆம் நாளிட்ட கடிதம் கிடைத்தது. நன்றி. *8–1–92* ‘தினமணி’ இதழில் இந்திரா பார்த்தசாரதியின் ‘பார்வைக் கோளாறு’ பற்றி நாங்கள் எழுதிய கட்டுரை பிரசுரிக்கப்பட்டுள்ளதைப் பார்த்தோம். எங்கள் கட்டுரையில் எழுப்பப்பட்ட முக்கியக் கேள்வியை வெட்டிவிட்டுக் கட்டுரையைப் பிரசுரித்திருக்கிறீர்கள். நீங்கள் வெட்டிய பகுதி கீழ்வருமாறு:

> “இ. பா. வின் மேற்காணும் கூற்றை நாம் ஒரு வாதத்துக்காக ஒப்புக்கொள்வோம். ஆனால் தமிழை ‘நீச பாஷை’யாகக் கருதும் போக்கு ஏன் இன்று பெரும்பாலான பிராமணக் குடும்பங்களில் இருந்து வருகிறது? கோயில்களில் ஏன் சமஸ்கிருதம் மட்டுமே ‘தேவபாஷை’யாகக் கருதப்பட்டு வருகிறது? மார்கழி மாதத்தில், வைணவக் கோயில்களில் பாடப்படும் பிரபந்தங்களைச் சுட்டிக்காட்டி இக்கேள்விக்கு விடை கூறிவிடமுடியாது பிரபந்தங்கள் அர்ச்சனைக்குப்

பயன்படுத்தப்படுவதில்லை. மேலும் பிராமணிய வழிபாட்டு முறைக்கு உட்படுத்தப்படாதிருந்த பல சிறுதெய்வக் கோயில்கள் எல்லாம் தொடர்ந்து சமஸ்கிருத மயமாக்கப்பட்டு வருவது ஏன்? (பிராமணரல்லாதோரே பிராமண அர்ச்சகர்களையும் வழிபாட்டு முறைகளையும் ஏற்றுகொள்வதற்கு நாம் என்ன செய்ய முடியும் என்று சிலர் கேட்கக்கூடும்.)

பிரசுரிக்கப்பட்டுள்ள கட்டுரையில் மேற்கோள் காட்டப்பட்டிருந்த காஞ்சி சங்கராச்சாரியாரின் கூற்றினை அடுத்து மேற்காணும் வரிகள் இடம் பெற்றிருக்க வேண்டும். இப்பகுதி வெட்டப்பட்டதற்குச் சாதி அடிப்படையிலான காரணம் இருக்கிறது என்று நாங்கள் கருதுகிறோம். இடக்குறைவின் காரணமாகக் கட்டுரையின் சில பகுதிகள் நீக்கப்படவேண்டி இருந்திருக்குமேயானால் அமெரிக்க எழுத்தாளர்களைப் பற்றிய பகுதியையோ டைலான் தாமஸ் பற்றிய பகுதியையோ நீக்கியிருக்கலாம். கசப்பான உண்மைகளை ஏற்றுக் கொள்ள நீங்கள் அஞ்சுகிறீர்கள் போலும்!

தங்கள் உண்மையுள்ள
எஸ். வி. ராஜதுரை, வ கீதா

'பார்வைக் கோளாறுகள்'

இந்திரா பார்த்தசாரதி எழுதியிருந்த "பார்வைக் கோளாறுகள்" (18-12-91 தினமணி), கட்டுரைக்கு மறுப்பு எழுதியிருந்த எஸ். வி. ராஜதுரை, வ. கீதா கட்டுரையிலும் (5-1-92) சம்ஸ்கிருதமாதல் விஷயத்தில் பார்வைக் கோளாறு உண்டு.

"சம்ஸ்கிருதமயமாக்கல் என்பது ஒரு சமூக இயக்கப்போக்கு. சாதி அமைப்பை ஏற்றுக்கொண்டு அதற்குள்ளேயே தமக்கு ஓர் உயர்வை ஏற்படுத்திக்கொள்ள விழைபவர்கள் இந்த இயக்கப் போக்கிலிருந்து தப்புவது கடினம். சாதிய அமைப்பைக் கட்டிக்காக்கும் பிராமணீயச் சித்தாந்தத்தை ஒழித்தாலன்றி சம்ஸ்கிருதமயமாதல் நிகழ்ந்து கொண்டே இருக்கும்."

இந்தியாவின் கலாசார வரலாறு குறித்த பிரக்ஞை இல்லாமல் மேற்கூறிய கருத்து வெளிப்பட்டுள்ளது. இந்திய மாந்தரியல் (Anthropology) ஆராய்ச்சியில் தலைசிறந்தவரும், முன்னோடியுமான டாக்டர் எம்.என். ஸ்ரீனிவாஸ், பண்பாட்டு சமுதாய மாற்றங்களை இரண்டாகப் பிரித்தார். ஒன்று, சம்ஸ்கிருதமாதல் (சம்ஸ்கிருதமயமாக்கல் – இது ராஜதுரையின் தவறான மொழிபெயர்ப்பு); இரண்டு, ஐரோப்பிய பாவனை எம்.என். ஸ்ரீனிவாசின் கருத்துப்படி, "சம்ஸ்கிருதமாதல் என்னும் நிகழ்ச்சி இந்திய வரலாற்றுக் காலத் தொடக்கத்திலிருந்து நடந்து

தொகுப்பு: எஸ்.வி. ராஜதுரை – வ. கீதா • 43

வந்தது; இன்றும் நடை பெறுகிறது. ஐரோப்பிய பாவனையோ, இந்திய சமுதாயத்தில் பிரிட்டிஷ் ஆட்சிக் காலத்தில் நுழைந்த மாற்றங்களைக் குறிப்பிடுகிறது. அது சுதந்திர இந்தியாவில் கூடுதல் வேகத்துடன் தொடர்கிறது.” சம்ஸ்கிருதமாதல் பற்றி ஸ்ரீனிவாஸ் மேலும் குறிப்பிடும்போது, “கீழ் ஜாதி ஹிந்து ஒருவன் அல்லது இனம் ஒன்று அல்லது வேறு குழு ஒன்று, பழக்கவழக்கங்கள், சடங்குகள், கருதுகோள்கள், வாழ்க்கை வழி இவற்றைப் பிராமணர் செல்லும் வழியில் மாற்றிக் கொள்ளுதல்.” இந்த நிகழ்ச்சியில் சமுதாய மாற்றம் ஏற்படாவிடினும் தன்னிலை மாற்றம் நிகழ்கிறது. இந்த நிகழ்ச்சியில் அண்டையில் வாழ்வோரை நோக்க ஒரு சாதி மேல் நோக்கி நகர்கிறது; பிறிதொன்று கீழிறங்குகிறது. ஆனால், இந்நிகழ்ச்சி சாதிப் படிநிலையில் மாற்றம் ஏற்படுத்தவில்லை என்பதை ஸ்ரீனிவாசே ஒப்புக்கொள்கிறார்.

“சம்ஸ்கிருதமாதலை” முதலில் ஸ்ரீனிவாஸ் “பிராமணியமாதல்” என்றே குறிப்பிட்டுவந்தார். இந்த சமூக நிகழ்ச்சிக்கும் சம்ஸ்கிருத மொழிக்கும் உறவு இல்லை. “பிராமணியமாதல்” என்ற சொல்லே சரியாக இருக்கும். வேறு பல ஆராய்ச்சியாளர்கள் இந்தியாவின் சில பகுதிகளில் “க்ஷத்திரியமாதல்” நிகழ்வதைக்குறிப்பிட்டுள்ளனர். (எடுத்துக்காட்டு D.F.Pocock). சிலர் "வைசியமாதல்” என்று. எடுத்துக்காட்டியுள்ளனர். பொதுவாகக் கீழ் சாதிகள் மேல்சாதிகளின் பழக்கவழக்கங்களை ஏற்க முனைவது என்பதை யாராலும் தடுத்து நிறுத்த முடியாது. எனினும் பொதுவான நிகழ்ச்சி, "பிராமணியமாதல்” நோக்கியே என்று அனைவரும் ஏற்றுக்கொள்கின்றனர்.

பிராமணிய சித்தாந்தத்தை ஒழிப்பது என்றால் என்ன? சித்தாந்தம் என்பதே ஒரு பொய்யான கொள்கை. Myth என்பது பகுத்தறிவுக்கு அப்பாற்பட்ட விஷயம். இந்தியாவிலிருந்து சாதியை ஒழித்துவிடலாம் என்ற சாதி ஒழிப்புக் கொள்கையும் ஒரு சித்தாந்தமே. சாதி ஒழிய வழி இல. “சாதிப் பாகுபாடு இல்லாமல் சாதிச் சமன்பாடு வேண்டும்” என்ற நிலையைத்தான் “பிராமணியமாதல்” என்ற நிகழ்ச்சி எடுத்துக்காட்டுகிறது. அதாவது, “யாவரும் பிராமணரே?” என்ற சுயதர்மக் கொள்கையில் சாதி வேற்றுமையை ஒழிப்பது.

மியூசிக் அகாதெமியில் பரத நாட்டியமும், கதகளியும் (ஏன் கர்நாடக சங்கீதத்தை மறந்து விட்டார்?) நடப்பதைப் போல் சிக்காட்டம், கரகாட்டம், தெருக்கூத்து நிகழ்த்துவதில் ஏதும் பிரச்சினை இருப்பதாகத் தெரியவில்லை. சபை வாடகை கொடுக்கவும், மேற்படி கலையை எல்லோரும் ரசிக்கும் வண்ணம் அமைத்து ஏற்று நடத்தவும் ஆட்கள் உண்டா என்பது கேள்வி. பரத நாட்டியம் ஆடுபவர்களைக் கூத்து ஆடச் சொன்னவர், டிஸ்கோ ஆடும் சினிமா நடிகைகளை ஏன் விட்டுவிட்டார்? "Much of the Sorcery, witchcraft, sacrificial cult, magico religious formulae etc. etc. was only made 'respectable' through sanskritisation in the feudal middle ages" (Richard Lannoy) அதாவது கரகாட்டம், சிக்காட்டம் எல்லாம் கூட பிராமணியமாக்கப்பட்ட கலை வடிவங்கள் என்பதை எஸ்.வி. ராஜதுரை மறந்துவிட்டார் போலும்! பரத நாட்டியம், கர்நாடக சங்கீதம் ஆகியவை சற்று மேல்நிலையில் பண்பட்ட கலைகள். கீழ் நிலைக் கலைஞர்கள் மேல்நிலைக்கு வர வேண்டுமே தவிர, மேல்நிலைக் கலைஞர்கள் கீழே செல்ல வேண்டும் என்பது கட்டாயம் அல்ல; அப்படிக் கேட்பது முறையும் அல்ல. கலைஞர்கள் விருப்பமிருந்தால் செல்லட்டும்.

கூத்து ஆடுபவர்கள் இரைச்சல் போடுகிறார்கள். அந்த இரைச்சலை எல்லோரும் ரசிக்க வேண்டும் என்று 144 சட்டம் போடக் கூடாது. பெரும்பான்மையான கூத்துகள் பிராமணியமான மகாபாரதக் கதையிலிருந்து எடுக்கப்பட்டவைதாம். பண்பட்ட கலைவடிவங்களுக்கும் பண்படாத கலை வடிவங்களுக்கும் உள்ள வேற்றுமைகளை உணர்ந்து கருத்துரைப்பது நன்று.

எஸ்.ஆர்.என். சத்யா

***

இந்திரா பார்த்தசாரதியின் "பார்வைக் கோளாறுகள்" கட்டுரை குறித்து எஸ். வி. ராஜதுரை, வ. கீதா ஆகியோர் 8.1.92 தினமணி வாசகர் மன்றத்தில் எழுதியிருந்த கருத்துகளைப் படித்தபோது, கன்னட இலக்கிய வரலாற்றில் பிராமணிய சிந்தாந்தப் பரவலுக்கு

எதிராக 12ஆம் நூற்றாண்டில் உருவான வீரசைவ இலக்கிய மரபைக் குறிப்பிட மறந்துவிட்டது வியப்பைத் தருகிறது.

12ஆம் நூற்றாண்டில் கர்நாடகத்தில் தோன்றிய பசவேஸ்வரர் என்ற வீர சைவ மகானின் வசனங்கள் (Basava Vasanas) கன்னட இலக்கியங்களின் கட்டமைப்பில் புதுமையான வசன கவிதையமைப்பை உருவாக்கின. பசவேஸ்வரருக்குப்பின் உருவான, அவரது காலகட்டத்தைச் சேர்ந்த அக்கம்மா தேவி, மடிவாலா ஆகியோரும் வீரசைவ வசன இலக்கிய மரபை வளர்த்தனர். இவர்களில் மடிவாலா சலவைத் தொழிலாளர் குலத்தைச் சேர்ந்தவர் என்பது குறிப்பிடத்தக்கது. ஆனால் வீரசைவ மரபுப்படி, சாதிகளற்ற சரணர்கள் குழுவில் அவரும் ஒருவராய் இருந்தார் என்பது வரலாறு உணர்த்தும் உண்மையாகும். கன்னட இலக்கியத்தில் புதிய தாக்கத்தை ஏற்படுத்திய பசவேஸ்வரர் மற்றும் இதர சரணர்களின் வசன கவிதைகள், மக்களுக்குப் புரியக்கூடிய எளிய நடையில் சாதீய எதிர்ப்புணர்வையும் பிராமணிய எதிர்ப்பையும் தெளிவாக வெளிப்படுத்தின. எம். சித்தானந்த மூர்த்தியின் "பசவண்ணா" என்ற நூலில் உள்ள பசவரின் பின்வரும் வசன கவிதையே இதற்குச் சான்றாகும்.

கொலையை யார் செய்கிறானோ, அவனே பறையன். இறந்துபோன மிருக இறைச்சியைப் புசிப்பவன் எவனோ, அவனே புலையன். எங்கே சாதி இங்குள்ளது? எவ்வாறு?

எனவே, கன்னட இலக்கியத்தில் பிராமணிய எதிர்ப்புணர்வைப் பற்றிக் குறிப்பிடும்போது, பசவேஸ்வரரையும் அவர் வழிவந்த வீரசைவ, வசன கவிதை மரபையும் குறிப்பிடாமலிருப்பதைக் கன்னட இலக்கியத் திறனாய்வாளர்கள் ஒப்ப மாட்டார்கள்.

ந. ரவிசங்கர்,
கிருஷ்ணகிரி
தினமணி, 23–1–92.

'தினமணி' பிரசுரிக்காத கடிதம்

23.1.92 தினமணி இதழில் பிரசுரமான எஸ்.ஆர்.என். சத்யா, ந. ரவிசங்கர் ஆகியோரின் கடிதங்கள் குறித்துச் சில கருத்துக்கள்:

1) சத்யா, இந்திரா பார்த்தசாரதிக்கு ஆதரவு காட்டுவதில் மிகவும் அவசரம் காட்டப்போய் இறுதியில் அவரை மறுப்பதில் போய் முடிகிறார்! மேல் நிலைக் கலைகள், கீழ் நிலைக் கலைகள் (இ.பா.வின் மொழியில் செவ்வியல் கலை, நாட்டார் கலை) என்று வேறுபடுத்திப் பார்ப்பதே தவறு; இவ்வாறு வேறுபடுத்திப் பார்க்கும் முறை வெள்ளையர்களுக்கே உரியது; செவ்வியல் – நாட்டாரியல், சமஸ்கிருதம் – தமிழ், ஆரியம் – திராவிடம், பார்ப்பனர் – பார்ப்பனரல்லாதவர் என்ற பாகுபாடுகள் சாதிப்பாகுபாட்டைத்தான் உயிர்ப்பிக்கும் – இவை இ.பா.வின் கருத்துகள். ஆனால் இந்த வேறுபாடுகள் நிலவுவதுதான் மெய்நிலை என்பதைத்தான் நாங்கள் சுட்டிக்காட்டினோம். 'மேல் நிலையில் பண்பட்டக் கலைகள்', 'கீழ்நிலைக்கலை' என்று பாகுபடுத்திப் பார்த்தும், "கூத்து ஆடுபவர்கள் இரைச்சல் போடுகிறார்கள்" என்று கூறியும் எஸ்.ஆர்.என். சத்யா எங்கள் வாதத்துக்கே வலுச்சேர்த்துள்ளார்.

2) "டிஸ்கோ ஆடும் நடிகைகளை ஏன் விட்டுவிட்டார்" என்று கேட்பதன் மூலம், டிஸ்கோ, சினிமா நடிகைகள்

ஆகிய விடயங்கள் இழிவானவை என்றும், தெருக்கூத்து, கரகாட்டம், சிக்காட்டம், ஒயிலாட்டம் ஆகியன இந்த இழிவான விடயங்களோடு சேர்ந்தவை என்றும் சத்யா கருதுவது தெளிவாகிறது. மேலும், ஒரு குறிப்பிட்ட கலையின் பண்பட்ட தன்மை, அது மேல்நிலைக் கலையா, கீழ்நிலைக் கலையா என்ற பிரச்சனையைத் தீர்மானிக்கும் உரிமையும் தகுதியும் பார்ப்பனர்களுக்கு மட்டுமே உண்டு என்பதையும் சத்யா வலியுறுத்துகிறார். கரகாட்டம், சிக்காட்டம், ஒயிலாட்டம் போன்றவை கதை சம்பந்தப்பட்டவையோ சமஸ்கிருதம் அல்லது பார்ப்பனர் சம்பந்தப் பட்டடவயோ அல்ல என்று அவருக்குத் தெரியவில்லை.

3) "பெரும்பான்மையான கூத்துகள் பிராமணியமான மகாபாரதக் கதையிலிருந்து எடுக்கப்பட்டவைதான்" என்பதை சத்யா யாருக்குச் சொல்ல விரும்புகிறார் என்று தெரியவில்லை. அவை பார்ப்பனியம் சார்ந்தவையா சாராதவையா என்ற பிரச்சனையை நாங்கள் எழுப்பவில்லை. நமது சமுதாயத்தில் ஆதிக்கம் செலுத்தும் சித்தாந்தமாக பார்ப்பனியம் இருக்கும்வரை வாழ்வின் எல்லாக் கூறுகளுமே பார்ப்பனத்தன்மை பெற்றுவிடுவதில் வியப்பொன்றும் இல்லை. (ஆனால் இதன் பொருள் பாமர மக்கள் தமக்கே உரிய கலைவடிவங்களை உருவாக்கிக்கொள்ளும் ஆற்றல் அற்றவர்கள் என்பதன்று). பில்லி சூன்யம் கூட பார்ப்பனமயமாக்கப்பட்டுவிட்டால் அது சமுதாயத்தில் அந்தஸ்து பெற்றதாகிவிடுகிறது என்பதைத்தான் சத்யா மேற்கோள் காட்டும் ரிச்சர்ட் லெனாயின் கூற்று காட்டுகிறது.

4) மியூசிக் அகதமியின் காரியதரிசிக்குக்கூட வராத ஒருகோபம் சத்யாவுக்கு வந்திருக்கிறது! சமஸ்கிருதம்–தமிழ், செவ்வியல்–நாட்டாரியல் என்று பாகுபடுத்திப் பார்க்கும் முறையே நமக்கு அந்நியமானது (அது வெள்ளையரால் நம்மீது திணிக்கப்பட்ட பார்வை), அவையெல்லாம் ஒன்றோடொன்று கலந்துவிட்டன என்று இ.பா. கூறியதையொட்டி நாங்கள் எழுப்பிய கேள்வி: "பிற்பட்ட, தாழ்த்தப்பட்ட சாதியினர் நிகழ்த்தும் தெருக்கூத்தை மியூசிக்

அகதமியில் ஆண்டுதோறும் நடக்கும் இசை விழாவின் போது நிகழ்த்துவார்களா?", "சாதாரண நாட்களில் சபை வாடகைக் கொடுத்து எல்லாரும் ரசிக்கும் வண்ணம் ஏற்று நடத்துவது" பற்றிய பிரச்சனையை நாங்கள் எழுப்பவில்லை. நாட்டார் கலை ஒருபுறம் இருக்கட்டும். இசைவிழாவின் போது (குறிப்பாக, இந்த ஆண்டு இசைவிழாவின்போதும் கூட) ஒரு யேசுதாசுக்கோ அல்லது வேறு யாரேனும் ஒரு பார்ப்பனரல்லாத இசைக் கலைஞருக்கோ ஏன் வாய்ப்புத் தரப்படுவதில்லை? சின்ன மேளம், சதிர் என்ற பெயர்களிலேயே இந்த நூற்றாண்டின் நாற்பதுகள்வரை நிகழ்த்தப்பட்டு வந்த ஒரு ஆட்டத்தை தேவதாசி முறை ஒழிக்கப்பட்ட பிறகே 'நாட்யா' என்றும் (ஈ. கிருஷ்ண ஐயராலும்) 'பரதநாட்டியம்' என்றும் (ருக்மணி அருண்டேலாலும்) பெயர் மாற்றப்பட்டுப் பார்ப்பனர்களும் பிற உயர்சாதியினரும் தன்வயமாக்கிக் கொண்டனர். 'சிருங்கார ரசம்' உள்ளிட்ட எல்லா அம்சங்களையும் சமஸ்கிருதமயமாக்கியதையும் 'ஆன்மீக' மயமாக்கியதையும் பால சரஸ்வதி கூட விமர்சிக்கவில்லையா? ஒரு கலையில் ஏற்படும் மாற்றத்திற்கும் கூட சாதிதான் அடிப்படையாக உள்ளது என்பதுதானே உண்மை. இங்கு சாதிப் பாகுபாடுகள், சாதி அணுகுமுறை இல்லை என்று கூறுவதைவிட மோசமான 'பார்வைக் கோளாறு' இருக்க முடியுமா?

சமஸ்கிருதமயமாக்கல், சமஸ்கிருதமயமாதல் என்ற இரண்டு சொற்களையும் நாங்கள் – பயன்படுத்தியுள்ளோம். இரண்டிற்கும் பெரிய வேற்றுமையொன்றும் இல்லை என்பதையும் Sanskritisation என்ற கருத்தாக்கத்தை (Concept) எம்.என். ஸ்ரீனிவாசின் கருத்தாக்கத்தை சரியாகவே புரிந்துகொண்டு பயன்படுத்தியுள்ளோம் என்பதையும் எங்கள் கட்டுரையைப் படித்த விவேகமுள்ள வாசகர்கள் புரிந்து கொள்வார்கள். எங்கள் மொழியாக்கத்தில் ஒரு பெரிய தவறைக் கண்டு பிடித்துவிட்டதாக ஆர்ப்பரிக்கும் சத்யா 'சமஸ்கிருதமாதல்' என்று அபத்தமாக மொழி பெயர்க்கிறார். மொழியாக்கக்கலையை இவரிடமிருந்துதான் இனிக் கற்றுகொள்ள வேண்டும்! (எடுத்துக்காட்டாக, A class of professional (lawyers etc) and clerical workers என்பதை "தொழில்துறை தரகர்களான வழக்கறிஞர்களும் எழுத்தாளர்களும்" என்று சத்யா மொழிபெயர்த்திருக்கிறார். பண்டைய இந்தியா, அதன் பண்பாடும் நாகரிகமும் பற்றிய வரலாறு, NCBH, Madras, 1988, ப.4). நாங்கள் எழுதிய மூலக் கட்டுரையில் உள்ள ஒரு பத்தி பிரசுரமான கட்டுரையில் இடம் பெறவில்லை. இடக்குறைவின் காரணமாக இருந்திருக்கலாம். அப்பத்தியைத் தொடர்ந்து 'சமஸ்கிருதமயமாக்கல்' பற்றிய (சத்யா மேற்கோள் காட்டியுள்ள) எங்கள் கருத்து இடம் பெற்றிருந்தது. அது எப்படி இருப்பினும் நாங்கள் கூறிய கருத்துக்கும் சத்யா மேற்கோள் காட்டியுள்ள எம்.என். ஸ்ரீனிவாசின் கருத்துக்கும் எந்த வேறுபாடுமில்லை என்பது தெளிவு. குழப்பம் சத்யாவுக்குத்தான். ஒரு புறம் (சமஸ்கிருதமாதல்) என்ற "இந்நிகழ்ச்சி சாதிபடிநிலையில் மாற்றம் ஏற்படுத்தவில்லை என்பதை ஸ்ரீனிவாசே ஒப்புக் கொள்கிறார்" என்று சத்யா எழுதுகிறார் (இதுதான் எங்கள் கருத்தும் கூட). மறுபுறம் "சாதிப்பாகுபாடு இல்லாமல் சாதிச்சமன்பாடு வேண்டும் என்ற நிலையைத்தான் பிராமணியமாதல் என்ற நிகழ்ச்சி எடுத்துக்காட்டுகிறது. அதாவது யாவரும் பிராமணர் என்ற சுயதர்மக் கொள்கையில் சாதி வேற்றுமையை ஒழிப்பது" என்று கூறுகிறார். இதற்கிடையே அவர் இன்னொரு கருத்தையும் கூறுகிறார். "இந்தியாவிலிருந்து சாதியை ஒழித்து விடலாம் என்ற சாதி ஒழிப்புக் கொள்கையும் ஒரு சித்தாந்தமே. சாதி ஒழிய வழி இல்லை" என்றும் கூறுகிறார். இவ்வாறு எல்லாம் பேசுபவர் கோஸாம்பி, புத்தர், ரோமிலா தாப்பர் போன்றவர்களைப் பற்றிப் பேசுவதை இனி விட்டுவிடலாமே?

6) "பிராமணிய சித்தாந்தத்தை ஒழிப்பதென்றால் என்ன?" என்ற கேள்வியைத் தொடுக்கிறார் சத்யா. எங்களைப் பொறுத்தவரை சாதியத்தை ஒழிப்பதுதான் அது. சாதி அமைப்பையும் அதை நியாயப்படுத்தும் கோட்பாடுகளையும் ஒழிப்பதுதான் அது. புத்தரிலிருந்து ஃபுலெ, அம்பேத்கர், பெரியார் வரை இதில் தோற்றுப் போயிருக்கலாம். ஆனால் தொடர்ந்து போராடுவதுதானே மனித மாண்புக்குரிய

செயல் "சித்தாந்தம் என்பதே ஒரு பொய்யான கொள்கை. (Myth) என்பது பகுத்தறிவுக்கு அப்பாற்பட்ட விஷயம். சாதி ஒழிப்புக்கொள்கையும் ஒரு சித்தாந்தமே என்று கூறுவதன் மூலம் சத்யா இதுவரை கோஸாம்பி போன்ற அறிஞர்களைப் பயன்படுத்தி வந்தது ஒரு மோசடித்தனமான செயலே என்பது தெரிய வருகிறது.

7) இ.பா-வுக்கு மறுப்பு எழுதியவர்கள் எஸ்.வி. ராஜதுரை, வ. கீதா ஆகிய இருவர். நாங்கள் எழுதிய மறுப்புக் கட்டுரையில் கூறியுள்ள கருத்துகள் இருவருக்கும் உரியதாகும். சத்யா தனது பதிலில், முதல் பத்தியைத் தவிர, பிற இடங்களில் எல்லாம் எஸ்.வி. ராஜதுரையின் பெயரை மட்டுமே குறிப்பிட்டுள்ளார். வ. கீதாவின் பெயரை குறிப்பிடாமல் விட்டது அவரது ஆண் ஆதிக்கச் சிந்தனையையே வெளிப்படுத்துகிறது. தவிரவும், சமஸ்கிருதமயமாதல், மியூசிக் அகதமி விஷயம் ஆகிய இரண்டைத் தவிர, இ.பா-வின் கட்டுரை பற்றிய எங்களது விமர்சனங்கள் பற்றி சத்யா பேசாமலிருப்ப திலிருந்து அவை அவருக்கும் உடன்பாடுடையவைதான் என்ற முடிவுக்கே நாங்கள் வர வேண்டியுள்ளது.

8) ரவிசங்கர் கூறியுள்ள தகவல்கள் பயனுள்ளவை. ஆனால் நாங்கள் பசவேசர் பற்றி எங்கள் கட்டுரையில் குறிப்பிட்டிருக்க வேண்டிய தேவையே இல்லை. சமகாலக் கன்னட எழுத்தாளர்கள் பற்றி மட்டுமே இ.பா. எழுதியிருந்ததால், அந்த அளவோடு எங்கள் விமர்சனமும் நின்று விட்டது. கன்னட இலக்கிய வரலாறு இ.பா.வினதும் எங்களதும் கட்டுரைகளின் எல்லைகளுக்கு அப்பாற்பட்டவை. பசவேர், அவரது வீரசைவ இயக்கம் ஆகியன பற்றிய ஒன்றுக்கொன்று முற்றிலும் மாறுபட்ட பார்வைகளை (சாதி/வர்க்க அடிப்படையிலான பார்வைகளை) இன்றைய கன்னட நாடகாசிரியர்களான லங்கேஷ், எச்.எஸ். சிவபிரகாஷ், கிரிஷ் கர்னாட், சந்திரசேகர் பாட்டில் ஆகியோரின் நாடகங்களில் காணலாம்.

ஆரிய – திராவிட ஒருமைப்பாடு
ஆர்.எஸ்.என். சத்யா

'திராவிடம்' என்ற சொல்லாட்சி அனேகமாக களப்பிரர் / பல்லவர் ஆட்சிக் காலத்தில் (கி. பி. 500) மதுரையில் உருப்பெற்ற திராவிட ஜைன சங்கத்திலிருந்து இருபதாம் நூற்றாண்டில் ஆட்கொள்ளப்பட்டுள்ளது. ஆரிய (சம்ஸ்கிருத) இலக்கியங்களில் சேர, சோழ, பாண்டிய, திராவிட என்று, திராவிட மன்னர்கள், தமிழ் மூவேந்தர்களிடமிருந்து வேற்றுமைப்படுத்திக் காட்டப்பட்டுள்ளனர். இதனால் தொண்டை மண்டலம் வரை ஆட்சி செலுத்திய சாக மன்னர்களான பல்லவர், சாளுக்கியர், சாதவாகனர் ஆண்ட நிலப்பகுதிகள் திராவிட நாடாகக் கொள்ளப்படுகிறது. இதில் தமிழ் மூவேந்தர் எல்லைகள் அடங்கவில்லை. எனினும் திராவிட இயக்கம் சார்ந்த அரசியல், நிஜமான திராவிட பூகோள எல்லைகளில் ஏன் செயல்படவில்லை? ஏனென்றால், "குறுகிய தமிழ்ப் பற்று' பரந்த திராவிட பூமிக்குள் வேர்விடத் தடையாக இருந்தது.

"திராவிடம் என்ற சொல்லுக்கு சம்ஸ்கிருதமாகிய ஆரியம் மூலவேர். சேம்பர்ஸ் ஆங்கில அகராதியைப் புரட்டிப்

பார்த்தால்கூடப் போதுமானது. எனினும், திராவிடம் என்ற சொல் அறிமுகமான இடைக் காலத்தில் இப்படி ஆரிய திராவிட பேதம் இல்லை. பிரிட்டிஷ் ஏகாதிபத்தியம் தென்னிந்திய மக்களை வேற்றுமைப்படுத்தவும், பிராமணர்–பிராமணரல்லாதார் என்று தமிழர்களை வேற்றுமைப்படுத்தவும் இச்சொல்லைக் கையாண்டது. நீதிக் கட்சியில் உள்ள 'நீதி' என்ற சொல்லே ஆரியமானாலும்கூட இந்த இலக்கியத்தில் புகுந்து விளையாடியதின் விளைவுதான் இந்திரா பார்த்தசாரதி கூறும் "தமிழின் தனிமை".

செத்த பாம்பை அடிக்கிறார்கள்

ஆரிய – திராவிட இன பேதத்தில் ஊறிப்போயிருந்த பொப்பிலி அரசரின் செயலராகப் பொதுவாழ்வைத் தொடங்கிய சி.என் அண்ணாதுரை, நீதிக் கட்சியையும்? சுயமரியாதை இயக்கத்தையும் இணைத்த இளைஞர் படைத்தலைவராக ஏற்றம் பெற்றார். ஈரோட்டிலிருந்து பெரியார் வெளியிட்டு வந்த 'குடியரசு' வார இதழ் குழுவில் சேர்ந்தார். கால்டுவெல் பாதிரியாரும், பெ. சுந்தரம் பிள்ளையும் உருவாக்கிய 'திராவிடம்' என்ற கொள்கை சமுதாயச் சீர்திருத்தத்திற்கு அவசியமாயிருந்த அதே சமயம், "பிராமணப் பாம்புகளை" அடித்துக் கொல்லவும் அது தேவைப்பட்டது. உயிருள்ள பாம்புகளை அடித்தவர்கள் போய்விட்டனர். இன்று செத்த பாம்பை அடித்துக்கொண்டிருப்பவர்கள் பிராமண எதிர்ப்பைத் தூண்டிவிட்டுக் கொண்டிருக்கிறார்கள். "பிராமணரல்லாதவர்கள் எல்லோரும் நல்லவர்கள்; பிராமணர்கள் மட்டுமே தீயவர்கள்" என்பது எவ்வளவு தூரம் உண்மை? அவர்களின் மனச்சாட்சி உண்மையை அறியும் என்றாலும், ஏதாவது அரசியல் செய்ய வேண்டிய கட்டாயத்தில் செத்த பாம்பை அடிப்பவர்கள் எவ்வளவு தூரம் பொருளாதார சமத்துவத்திற்குத் துணைவருவார்கள் என்பதும் ஐயப்பாடே.

பெ. சுந்தரம் பிள்ளையை ஆதாரிசமாகக் கொண்டு தமிழ் இலக்கிய வரலாற்றை எழுதியவர்களுக்கு, திராவிடச் சித்தாந்தத்திற்கு உரம்போடும் அவசியம் வந்தது. அதற்காக, சமணக் கருத்துகளும் பௌத்த மதக் கருத்துகளும் திராவிட வேஷம் பூண்டன அதுவும் ஆரிய சித்தாந்தம் என்ற பிரக்ஞை இல்லாமல். இந்திய வரலாற்றை

எழுதிய கோசாம்பி, மஜும்தார் போன்ற மாமேதைகள், கி.மு. 800 – கி.மு. 600 அளவில் தோன்றிய கௌதம புத்தரும் மகாவீரரும் தூய க்ஷத்திரிய மரபில் உதித்த ஆரியகுலத் தோன்றல்கள் என்று நவின்றுள்ளனர். புத்தரின் மறுபெயரே ஆரிய புத்திரர். பௌத்தம் வைதீகக் கருத்தை எதிர்த்த காரணத்தால், அது திராவிடமாக ஆட்கொள்ளப்பட்டது. பின்னர் வைதீகக் கருத்தை எதிர்த்து உருவான ஆகமக் கருத்து எப்போதோ பௌத்தத்தைத் தனதாக்கிக்கொண்ட பிரக்ஞை இல்லாமல், சென்னை மாகாணத்தில் ஆரிய – திராவிடப் போர்க்களம் தோன்றிய காலத்திற்குச் சற்று முன்பு விவேகானந்தரின் வைதீக பிராமண எதிர்ப்புக் கொள்கையில் க்ஷத்திரிய முதன்மை பாராட்டப்பட்டது. உபநிஷதங்களை இயற்றியவர்களில் க்ஷத்திரிய ஆசிரியர்களை விவேகானந்தர் முன் மொழிந்தவராவார். தென்னாட்டுத் திராவிடக் கொள்கைக்கு இவ்வாறெல்லாம் ஆரிய மத சித்தாந்தங்கள் துணைபுரிந்துள்ளபோது, திராவிடத்தில் இழைந்தோடும் ஒருமைப்பாட்டைத் தமிழ்க் காவலர்கள் கவனிக்கத் தவறிவிட்டனர் இவ்வாறாக ஒவ்வொன்றையும் கழித்துக்கொண்டுவந்தால் எஞ்சுவது செத்த பாம்புகளே.

உண்மை நிலையை அறிவது எப்படி

வடமொழியுடன் கொண்ட உடனுறவினால் தமிழ்மொழி வளம் பெற்றது என்பதுடன், தொல்காப்பியத்திற்கு மூல நூல் பாணினியின் அஷ்டாத்யாயி என்ற கருத்தைத் தெரிவித்த கே. எஸ். ஸ்ரீநிவாசனுக்கு (தினமணி இணைப்பு 12-10-91) தினமணியிலேயே வெளிவந்த பல மறுப்புக் கடிதங்கள் ஒரு புறம்; கருணாநிதி, அன்பழகன், தமிழ்க்குடிமகன், மா.நன்னன். போன்றோர் சங்க கால இலக்கியத்தில் நீதிக் கட்சி அரசியலைப் புகுத்தி மறுப்புகளை முரசொலியில் வெளியிடுவது ஒருபுறம். கே. எஸ். ஸ்ரீநிவாசனின் கருத்துகளை மறுப்பவர்கள் அறிவியல் பூர்வமான அணுகுமுறையைக் கையாளாமல் அதிகம் உணர்ச்சி வசப்பட்டிருப்பது தெளிவு. உண்மை சுட்டால் சினம் ஏற்படுமேயொழிய சிந்தனை செயல்படாது என்பதும் நிரூபணம். அதேசமயம், உண்மை நிலையை அறிய கருணாநிதி முரசொலியில் முன்மொழியும் பாணி பலரையும் கவர்ந்துள்ளது .

"எனக்குத் தெரிந்த விவரங்கள் அல்லது என் அறிவுக்குப் புலப்படும் கருத்துகள் என்றால் அவை உண்மை. எனக்குத் தெரியாத விவரங்கள் அல்லது என் அறிவுக்குப் புலப்படாத விஷயங்கள் – பிடிக்காத விஷயங்கள் எல்லாம் பொய். பிராமணரை எனக்குப் பிடிக்காது. இதனால் பிராமணர்கள் கூறும் கருத்துகள் எல்லாம் பொய்."

பிறகு உண்மையை எப்படி அறிவது?

"தமிழுக்குக் காவலர் கலைஞரே, கலைஞரைச் சார்ந்துள்ள தமிழறிஞர்கள் தமிழின் காவல் தெய்வங்கள். இவர்கள் மட்டுமே உண்மை பேசக்கூடியவர்கள்."

இப்படிப்பட்ட ஒரு மனநிலை தமிழ் ஆராய்ச்சிக்கு உதவக்கூடுமா? உண்மையின் தேடல் இதுதானா?

தமிழ் இலக்கிய வல்லுரர் யார்?

தமிழ் நாட்டில் மலிவாக நிறைந்துள்ளோர், தமிழ் மட்டுமே அறிந்த தமிழ்ப் பேராசிரியர்கள்; கூடவே சிறிது ஆங்கில அறிவு இருக்கலாம். சிலப்பதிகாரத்தில் ஒரு பகுதி; திருக்குறளில் ஒரு பகுதி; இக்காலத் தமிழ் என்ற பெயரில் கண்ணதாசன் கவிதை, கருணாநிதி வசனம், 'வரலாற்றுப் புதினம்' என்ற கணக்கில் கல்கியின் நாவல் என்று ஏதாவது ஒன்றைத் தேர்ந்தெடுத்து ஆய்வுக் கட்டுரை எழுதினால் ஆராய்ச்சிப் பட்டம் கிடைத்துவிடும். தமிழ் இலக்கிய வல்லுநராகிவிடுவார்; பொன்னாடை போர்த்தி அமைச்சர்களால் கவுரவிக்கப்படலாம். இவ்வளவு எளிதாக இதர இந்திய மொழிகளில் அறிஞராவது இயலாது. ஆங்கில மொழியில் அறிஞராவது இயலாது. ஆங்கில மொழியில் இலக்கிய வல்லுநராகப் பட்டம் பெற வேண்டுமெனில், அவருக்குப் பிரெஞ்சு இலக்கியத்திலும், ஜெர்மன் இலக்கியத்திலும் முதுகலை அளவில் அறிவு வேண்டும். ஒரு சிலர் அதற்கும் மேலாக வரலாறு, தத்துவம் போன்ற துறைகளிலும் முதுகலைப் பட்டம் பெற்றிருப்பர். ஹிந்தி இலக்கியத்திலும் இலக்கிய வல்லுநராக வேண்டுமெனில் சம்ஸ்கிருதத்தில் முழு அறிவு பெற்றிருக்க வேண்டும். அஷ்டாத்யாயி தெரிந்திருக்க வேண்டும். இதே

போல் வங்காளி, குஜராத்தி, மராட்டி, கன்னடம், மலையாளம், தெலுங்கு ஆகிய மொழியின் தேர்ச்சிக்குச் சமஸ்கிருத அறிவு தேவை. சரியானபடி திராவிடம் என்ற தகுதிக்குரிய தெலுங்கு மொழியுடன் கன்னடம், மலையாளம் ஆகியவை தேவநாகரியை ஏற்றுள்ள விஷயமே கூட, ஆரிய, திராவிட ஒருமைப்பாட்டின் அடையாளமே. ஆனால், தமிழில் மட்டும், இலக்கிய வல்லுநராக வேண்டுமானால் தமிழ் மட்டுமே போதுமானது. தமிழனின் கலாசாரத் தனிமையைப்பற்றிக் குறிப்பிட்ட இந்திரா பார்த்தசாரதி, இந்த அடிப்படை விஷயத்தை ஏனோ குறிப்பிட மறந்து விட்டார். தமிழ் மொழியின் எழுத்து முறைக்குத் தேவநாகரி ஏற்கப்படவில்லை என்பதால், தமிழில் ஆரியத் தொடர்பு இல்லை என்று மறுத்துவிட இயலுமா? தமிழை மட்டுமே கற்றவராகக் கம்பரோ, திருவள்ளுவரோ, இளங்கோ அடிகளோ இருந்திருந்தால் ஈடு இணையற்ற தமிழ்க் காவியங்களைப் படைத்திருக்க முடியுமா? அஷ்டாத்யாயியை அறியாமல் தொல்காப்பியர்தான் தமிழ் இலக்கணம் படைத்திருக்க முடியுமா? சங்ககால இலக்கியங்களில் நீதிக்கட்சி அரசியலைப் புகுத்திப் பார்த்தால் உண்மையின் தேடல் வெளிச்சம் காட்டாது. பொய்ம்மையின் நிழலில் திருப்தியுற வேண்டியதுதான். தமிழறிஞர்கள் கிணற்றுத் தவளைகளாகவே வாழ வேண்டியதுதான்.

தமிழில் ஆரிய (உயர்ந்த) கருத்துகள்

அகத்தியர், தொல்காப்பியர், இளங்கோ அடிகள், சீத்தலைச் சாத்தனார், திருவள்ளுவர், கம்பர், பக்தி இலக்கியம் படைத்த சேக்கிழார், திருநாவுக்கரசர், திருஞான சம்பந்தர், பன்னிரு ஆழ்வார்கள், இறுதியில் மகாகவி பாரதியார் வரை ஆரிய மொழியாகிய சம்ஸ்கிருதக் கருத்துகளைத் தமிழில் அறிமுகம் செய்த போது அவர்கள் துரோகிகளாகவில்லை. ஆரிய கருத்துகளாகிய வைதீகம், உபநிஷதம், துவைதம், அத்வைதம், விசிஷ்டாத்வைதம், பௌத்தம், சமணம் போன்ற தத்துவங்களும் ராமாயணம், மகாபாரதம் போன்ற இதிகாசங்களும், தெய்வீகப் புராணங்களும் தமிழில் இடம் பெற்றதால்தான் சராசரித் தமிழனின் பார்வையில் பூகோளம் விரிந்தது.

தமிழ் எழுத்து வடிவத்திற்குத் தேவநாகரியை ஏற்க வேண்டிய அவசியம் தோன்றவில்லை. எனினும், கிரந்தம் அல்லது வரிவடிவெழுத்து முறை ஏற்பானது. இவை அசோகர் கல்வெட்டிலிருந்து உருப்பெற்ற பிராமி எழுத்துகளாகும். இந்திய எழுத்து வடிவங்களுக்குத் திராவிட கிரந்தம், பிராமி, வட்டெழுத்து, தேவநாகரி என்று பல பெயர்கள் இருந்தாலும் அராபிய எழுத்து முறையாகிய பாரசீகம், உருதுவைத் தவிர மற்றவை எல்லாம் அசோகர் கல்வெட்டிலிருந்து தோன்றியவை.

‘எழுத்தெனப் படுபஅகர முதனகர விறுவாய் முப்பஃதென்ப’

என்று தொல்காப்பியர் வரையறுக்கும் ‘எழுத்து’ வடமொழியில் ‘அக்ஷர’ என்ற சொல்லைப்போல் வரிவடிவம் (நாமரூபம்), ஒலி (சப்தம்) என்ற இருபொருளுடையதே. சம்ஸ்கிருத ‘அக்ஷரம்’ அழிவற்றது என்று பதஞ்சலி மொழிவதும், மீமாம்சகர் மொழியும் அக்ஷரத் தத்துவமும் தமிழ் எழுத்துக்குப் பகையானவை அல்லவே. ஒரு மொழியின் வளர்ச்சிக்கு வேறு மொழிச் சொற்களை ஆட்கொள்வதோ, ஆரிய (உயர்ந்த) கருத்துகளை ஏற்பதோ தவறு இல்லை என்றுதான் இந்திய மொழிகள் அத்தனையும் கருதுகின்றன.

அகத்தியர்

“அகத்தியருக்குத் தமிழ் சொல்லிக் கொடுத்தவர் சிவபெருமான்; இந்த அகத்தியர் வருவதற்கு முன்பு தமிழர் ஊமைகளாயிருந்தனர்’ என்று புராணக் கதையிலிருந்து இந்திரா பார்த்தசாரதி முள்வைக்கும் இருதமிழ்க் கொள்கைக்கு வடிவம் தரலாம். புராணங்கள் வரலாறு ஆகா ஆனால், சில உண்மைகளைப் புராணங்கள் உருவகப்படுத்திச் சொல்கின்றன. உருவகத்தை அகற்றிவிட்டு உள்கருத்தை எடுத்துக் கொள்ளலாம். இந்தப் புராணக் கதையின் உட்பொருள் எதுவெனில், அகத்தியர் உருவாக்கிய புதுத்தமிழ், செந்தமிழிலிருந்து வேறுபட்டிருந்தது; ஏனெனில், வைதீக சந்தங்களாயிருந்த பிராகிருதம், பாணினியின் வரவுக்குப் பின் சம்ஸ்கிருதமானதைப் போலவே, சந்தங்களா யிருந்த பழைமையான சங்க காலச் செந்தமிழ் திருத்தம் பெறவும் அகத்தியரும் தொல்காப்பியரும் தேவைப்பட்டனர்.

இப்படிக் குறிப்பிட்டவர் தமிழறிஞரும், வரலாறு, சம்ஸ்கிருதம் ஆகிய துறைகளில் சிறப்புப் பெற்றவருமான பி.டி. ஸ்ரீனிவாச அய்யங்கார். இவர் கருத்துப்படி, அகத்தியர் வரவுக்கு முன் தமிழில் செய்வினை (Active Voice) இருந்ததே தவிர, செயப்பாட்டுவினை (Passive Voice) இருக்கவில்லை. தமிழ் மொழியின் சிறப்பு செய்வினைத் தொடர்களே. சம்ஸ்கிருத மொழியின் சிறப்பு, செயப்பாட்டு வினைத் தொடர்களே. 'ஸ பவதி' இதைத் தமிழில் மொழிபெயர்க்கலாம்; ஆனால் 'தேன பூயதே' என்பவை எந்த மொழியிலும் மொழி பெயர்க்க இயலாது. (Past Intranstive) வாக்கிய அமைப்பைத் தமிழில் கொண்டுவருவது இயலவில்லை என்றாலும் கூட, பி.டி.எஸ். கருத்தின்படி, Agattiyanar invented the passive because it was necessary for translating the Sanskrit passive verbs into Tamil and it proved so useful for men who think in Sanskrit and write in Tamil, that Agathiyar;s disciple Tolkapianar begins his grammar with a pseudo passive 'எழுத்தெனப்படுப' (தொல்காப்பியம்). தொல்காப்பியனார், 'தாத்யதே'யை அடிக்கப்படு' என்று மொழிபெயர்த்தபோது, Adik-kappadu, if analysed into adikka. While (another man) beats, and padu, let you suffer is seen to be opposed to the genius of Tamil, for compounding two verbs into one and assuming different persons to be the subjects of the two elements of the compound verb is violating both logic and grammar which is based on logic at east so far as Tamil is concerned. The true Tamil idiom for 'undergoing beating' is அடிபடு or அடிஉண். Where the first part of the compond is an abstract noun.

உண்மையில், அகத்தியனாரின் இலக்கண உரை மறைந்துவிட்டது. இதற்கு ஒரு புராணக் கதை பதில் அளிக்கிறது. நச்சினார்க்கினியர் மீது சாற்றிக் கூறப்படும் கதையில் த்ருணதூமக்னி (தொல்காப்பியர்), லோபமுத்ரா, அகத்தியர் சம்பந்தப்பட்ட ஆற்று வெள்ளம் கடந்த நிகழ்ச்சி வருகிறது. இந்தக் கதையில், குற்றம் எதுவும் செய்யாத போது அகத்தியர் தன்னைச் சபித்ததால் வெகுண்ட த்ருணதூமக்னி, 'உங்களுக்கும் நற்கதி இல்லை' என்று மறுசாபம் இட்டார். இதனால், அகத்தியம் அழிந்தது. இதற்கு மேல் இதில் ஏதும் விபரீதமாகப் பொருள் கொள்ளும் சாத்தியம் இல்லை. தொல்காப்பியனாரின் பொருளதிகாரத்தில் முதல் முறையாக தர்மார்த்த காம மோக்ஷ என்ற அறம், பொருள், இன்பம், வீடு

பேசப்படுகிறது. அதற்கு முன்பு அகம், புறம் என்ற இருபொருளில் காமம், வீரம் இரண்டுமே இருந்தது; பாணன் பாடினார், தலைவன் தலைவியை நாடினான். மன்னன் பாணனுக்கு மதுவும் இறைச்சியும் வழங்கினான். பின்னர் வீரம் பற்றிப் பேசும்போது, வெட்சித் திணைக்குரிய விஷயங்கள் ரிக்வேத சுலோகங்களிலும் உண்டு. இந்திரன் மாடு கவர்ந்த விஷயங்கள் வடமொழியில் உண்டு. எனினும் புருஷார்த்தங்கள் தமிழில் வந்துள்ளபோதுதான் தமிழரின் வாழ்வாங்கு வாழ்தல் நல்ல அர்த்தம் பெற்றது.

அகத்தியரும் தொல்காப்பியரும் அஷ்டாத்யாயியை நன்கு மனனம் செய்தவர்கள். திருவள்ளுவர், புத்தரின் தம்மபதம், மனுஸ்மிருதி ஆகியவற்றை ஒருங்கே கற்றவர். அறத்துப் பாலில் மனுவின் கருத்தைக் காணலாம். கௌடில்யர் கருத்துகளைப் பொருட்பாலிலும், வாத்ஸ்யாயனர் கருத்துகளைக் காமத்துப் பாலிலும் காணலாம். “சென்றிடுவீர் எட்டுத்திக்கும் கலைச்செல்வங்கள் யாவையும் கொணர்ந்திங்கு சேர்ப்பீர்” என்ற கொள்கைக்கேற்ப மிக உயர்வான தத்துவ நெறிகளை வள்ளுவர் தமிழுக்கு வழங்கியுள்ளார். அதேசமயம், இப்படி உண்மைகளை ஒருவர் பேச முற்பட்டால், ‘தமிழ்த் துரோகி’ என்ற பட்டமே கிடைக்கும். சிலப்பதிகார ஆசிரியரும் மணிமேகலை ஆசிரியரும் சீவக சிந்தாமணி ஆசிரியரும் வடமொழிப் புலமை இல்லாமல் பௌத்தம், சமணம் போன்ற மிக உயர்ந்த ஆரியக்கருத்துகளைத் தமிழில் எப்படி வழங்கியிருக்க முடியும்? மனத்தில் எந்தவிதமான விகற்பமும் இல்லாமல் வடமொழி பயின்று, தமிழுக்கு வளம் சேர்த்த தமிழ்க் காப்பிய ஆசிரியர்களிடம் நீதிக் கட்சி அரசியலைப் புகுத்தி, அவர்களுக்குத் திராவிடக் கழகச் சீருடைகளை அணிவிப்பது உண்மையை மூடிமறைப்பது போலாகும்.

மணிப்பிரவாளமும் வாழும் தமிழும்

கே. எஸ். ஸ்ரீனிவாசனின் கட்டுரையின் உள்ளர்த்தம் புரியாமல், அவர் மணிப்பிரவாள உரைநடையை ஆதரிப்பதாகச் சிலர் குற்றம் சாட்டியுள்ளனர். தேவநேயப் பாவணர், பெருஞ் சித்திரனாரின் செந்தமிழ், வாழும் தமிழல்ல. திராவிட நாட்டில்

அண்ணாதுரை எழுதிய உரைநடையும், கல்கி எழுதிய தமிழும், கண்ணதாசன் எழுதிய தமிழும், இன்று தினமணி, தினமலர், தினத்தந்தி, குமுதம், ஆனந்த விகடன் போன்ற பத்திரிகைகளில் எழுதப்படும் தமிழும் வாழும் தமிழாகும். இது சம்பந்தமாக 1950 அளவில் மிகவும் ருசிகரமான பட்டிமன்றம் நிகழ்ந்தது. இதில் "வடமொழி கலக்காத செந்தமிழ்" சார்பாக அண்ணாதுரை பேசிய உரையில் ஏராளமாக வடசொற்கள் இருந்தன. "வடசொல் இல்லாமல் தமிழ் இயங்காது" என்று செந்தமிழுக்கு எதிராகப் பேசியவர், ஒரு வடசொல்கூட இல்லாமல் பெருஞ்சித்திரனாரின் செந்தமிழ் உரைநடையில் பேசினாராம்! அப்படிப்பட்ட செந்தமிழ், மக்கள் வழக்கு அல்ல என்பதுவே உண்மைநிலை. இதன் தொடர்பாக இன்னும் பல சுவையான விஷயங்கள் உண்டு. திராவிட இயக்கத்தில் உள்ள "திராவிடமும்" நீதிக் கட்சியில் உள்ள 'நீதியும்' வடசொற்கள் என்று முன்பு கவனித்தோம். 'சுயமரியாதை இயக்கம்'. இதில் 'ஸ்வயம்' சுயமாகியுள்ளது. 'மர்யாதா' மரியாதை ஆனது. 'தன்மானம்' என்றால் அதில் 'மானம்' என்ற சொல்லும் வடமொழிச் சொல். 'இலக்கணம்' (லக்ஷண), 'இலக்கியம்' (லக்ஷ்ய), 'முகம்' போன்ற சொற்கள் வடமொழி மூலங்கள். இது போன்ற வடசொற்களை எல்லாம் தமிழ் ஏற்றுக் கொண்டுள்ளது. நான் குறிப்பிடும் மேற்கூறிய சொற்கள் எல்லாம் தமிழ்ச்சொற்களே என்று ஒருவர் ஏதாவது வக்கிரமான பிரிவினை மனப்பான்மையில் எழுதப்பட்ட ஓர் ஆசிரியரின் மேற்கோளை எடுத்துக்காட்டி விதண்டா வாதம் செய்ய முற்பட்டால், அதுவும் கிணற்றுத் தவளை மனப்பான்மை என்று கருதுவதைத் தவிர வேறு வழி இல்லை.

ஆரிய ஒருமைப்பாடு

ஆரியம், ஆரியர் என்ற சொற்றொடர்களைத் தமிழர்கள் வெறுத்து ஒதுக்க வேண்டிய அவசியம் இல்லை. அதே சமயம், புராதன வேதங்களையும் இதிகாச புராணங்களையும் எழுதியவர்களின் குறிப்புகளிலிருந்து ஆதிகால ஆரியர்கள் பற்றி அறியலாம். அதே சமயம் வைதீக இலக்கியப் படைப்புகளைச் செய்தவர்கள் ஆரியர்கள்தாம் என்று நினைக்க இயலாது. பிராமணர்களைப் பற்றி ஜெயகாந்தன் அருமையான சிறுகதைகளையும் நாவல்களையும்

படைத்துள்ளதால் அவர் பிராமண ஜாதிக்குரியவராகி விடுவாரா? பிற்காலத்தில் "ஆர்ய" என்றால் அது இனமாகப் பொருள்படாமல் "மரியாதைக்குரியவர்" என்று தான் வழங்கப்பட்டது. இந்த அடிப்படையில்தான் ஈ.வெ.ரா. பெரியார் மிகவும் மரியாதையுடன் "அய்யா" என்று அழைக்கப்பட்டார். இந்த அய்யா என்ற சொல், "ஆர்யா" என்ற சொல்லின் தெலுங்கு/கன்னடத் திரிபு என்று அறியலாம். ஆரியத்தை எதிர்த்து நிகழ்ந்த மாயப் போரில் திராவிடம் உள்பட "சுயமரியாதை", "நீதி", "மானம்" என்று ஆரிய மாயையிலிருந்து கடன்பெற்ற சொற்களின் வரிசையில் இப்படி 'அய்யா'வும் ஒருவர்.

வழிபாடுகளில் ஒருமைப்பாடு

தமிழ் மொழி குறித்த இலக்கியச் சர்ச்சையில் ஆரிய – திராவிடப் பிரிவினை மனப்பான்மை எழுந்துள்ளதைப்போல், இசையிலும், நாட்டியத்திலும் இன்னும் பற்பல சிற்பசாஸ்திரம் போன்ற கலைத் துறையிலும் தத்துவ சிந்தனைகளிலும் மத வழிபாடு முறைகளிலும் எழக் கூடுமானால், 'தமிழர் பண்பாடு' என்று சொல்லிக் கொள்வதற்கு எஞ்சுவது என்னவாக இருக்கும்? 'ஆரிய மரபு' என்று சக திராவிடர்களாகிய மலையாளிகளும், தெலுங்கர்களும், கன்னடியர்களும் கருதக்கூடிய விஷயங்களைத் "திராவிடர் மரபு" என்று தமிழர் கூறுவதை உலகம் எப்படி ஏற்கும்? இங்குள்ள தமிழ்க் காவலர்களுக்குக் குறைந்தபட்சம் சக திராவிட மொழிகளிலாவது நல்ல பாண்டித்யம் இருக்க வேண்டும்.

ஆதியில் ஆரியர் வழங்கியது ஆண் தெய்வங்களையே. திராவிடர் உள்பட ஆரியரல்லாதவர் வணங்கியது பெண் தெய்வங்களை ஒரு குறிப்பிட்ட மரம், விலங்கு முதலான வழிபாடு முறைகளில் ஒருமைப்பாடு ஏற்பட்டுச் சமாதானம் வந்தபோது பழங்குடித் தெய்வங்கள் அங்கீகரிக்கப்பட்டன. தந்தைவழிச் சமுதாயத்தை நடத்திய ஆரியர்களும், தாய் வழிச் சமுதாயத்தை நடத்திய ஆரியரல்லாப் பழங்குடிகளும் ஒன்று சேர்ந்து நடத்திய மனிதத் திருமண நிகழ்ச்சியைத் தெய்வத் திருமணங்கள் எடுத்துக்காட்டுவதாகக் கோசாம்பி மிகவும் துல்லியமாக

எடுத்துக்காட்டியுள்ளார். ஆரிய விஷ்ணுவுக்குத் தேவைப்பட்ட மஹாலக்ஷ்மியும் சரி, ஆரிய சிவனுக்குத் தேவைப்பட்ட பார்வதியும் சரி, பல்வேறு பழங்குடி வழிபாடுகளிலிருந்து எடுத்துக்கொள்ளப்பட்டனர். தனித் தனியாக வணங்கப்பட்ட பாம்பு, விலங்குகள், பூதங்கள் எல்லாம் ஆண் தெய்வங்களின் வாகனங்களாயின. ஆதி சேஷன், நந்திதேவர், மயில்வாகனர், மச்சாவதாரம், கூர்மாவதாரம், துவாரபாலகர்கள், கருட பகவான், ஹனுமார், ஹயக்ரீவர் என்று அடுக்கிக்கொண்டு போகலாம். இந்த ஒருமைப்பாட்டை ஆரிய – திராவிட ஒருமைப்பாடு என்று சக திராவிடர் மதிப்பு வழங்கும்போது, தமிழர் மட்டும் தனிவழிப் பாதையில் செல்ல முற்படுகின்றனர்.

சமஸ்கிருதம் பற்றிய தப்பெண்ணம்

சமஸ்கிருத மொழியில் உள்ள இலக்கியச் சிறப்பையும், தத்துவச் சிறப்பையும், பக்தி ரசனைகளையும் போற்றி உரைப்பதால், அவரைத் தமிழுக்குப் பகைவர் என்று முடிவு செய்வது தகுமா? தமிழ் பேசும் பூகோள எல்லையோ, வங்காளி பேசும் பூகோள எல்லையோ சமஸ்கிருத மொழிக்கு இல்லை. ஏனென்றால், அது பிராந்திய நோக்குள்ள பேச்சு வழக்கு மொழி அல்ல. அது அறிஞர் மொழி மரபாகவும், இந்திய அரசவை மொழியாகவும் விளங்கி வந்தது. சமஸ்கிருதத்தில் இலக்கியம் படைத்த அனைத்து ஆசிரியர்களுக்கும் தாய்மொழி சமஸ்கிருதம் அல்ல,

வட இந்திய ஆசிரியர்கள் பிராகிருதம், மகதி, பாலி வழிவந்த பேச்சுவழக்கையும் தென்னிந்திய ஆசிரியர்கள் திராவிடப் பேச்சு வழக்கையும் கொண்டிருந்தனர். பல்வேறு பிராந்திய மொழிகள் ஜனிக்க வேண்டிய தருணத்தை எதிர்நோக்கியிருந்த காலகட்டத்தில் இந்திய மொழிகளுக்குத் தந்தை இடத்தை சமஸ்கிருதம் வழங்கியது. இதனால், இந்திய மொழியியல் அறிவு குறித்த பரிபூரண ஞானம் பெற சமஸ்கிருத அறிவு அவசியமாக உள்ளதால், அதை இறந்த மொழியாக எண்ண முடியாது. அறிஞர் மொழிமரபாக சமஸ்கிருதம் ஏற்றம் பெற்றதால், இதைக் கற்றால் அறிவு வளரும் என்று காலங்காலமாக எண்ணப்பட்டு வந்தது. பிராமணர் எதிர்ப்பில் வளர்ந்த பேராசிரியர் சுந்தரம்

பிள்ளையும் சரி, மறைமலை அடிகளும் சரி, நல்ல சமஸ்கிருத அறிஞர்களே. அவர்கள் வாழ்ந்த காலகட்டத்தில் ஐரோப்பியர்கள் சமஸ்கிருத விஷயத்தில் பிராமணப் பண்டிதர்களையே பெரிதாக மதித்ததால், சுந்தரம் பிள்ளைக்கு வரவேண்டிய பதவி கிடைக்காமல் போய்விட்டது. எனவே, பிராமணர்களை வெறுக்கும் காழ்ப்புணர்ச்சியில் சாணக்கிய சபதம் செய்து, திராவிடச் சிந்தனை உருவானது. அதே சமயம், இந்த "திராவிடச் சிந்தனை" பிற்கால அரசியலில் இந்தியக் கலாசார மரபுக்கு உலைவைத்து, மிகவும் மோசமான பிரிவினை எண்ணங்களுக்கு இடம் உண்டாகும் என்று சுந்தரம் பிள்ளைகூட எண்ணிப் பார்த்திருக்க மாட்டார். இந்தக் காழ்ப்புணர்வுகளுக்கு இடம் கொடாமல் அன்னை இடத்திற்குத் தமிழையும் அப்பன் இடத்திற்குச் சமஸ்கிருதத்தையும் வழங்கி ஆரிய – திராவிட ஒருமைப்பாட்டைத் தமிழர்கள் கட்டிக்காப்பது நல்ல பண்பாடு.

சத்யாவின் 'ஆரிய-திராவிட'ப் போராட்ட அணுகுமுறை

– எஸ்.வி. ராஜதுரை, வ. கீதா

"ஆரிய-திராவிட ஒருமைப்பாடு" பற்றி ஆர்.எஸ்.என்.சத்யா எழுதியுள்ள கட்டுரை ('தினமணி' 21-12-91) எங்களைத் திக்குமுக்காடச் செய்துவிட்டது. ஏனெனில் ஒரே நேரத்தில் அவர் தன்னை ஒரு வரலாற்றறிஞராக, மொழியியலாளராக, மாந்தவியலாளராக, சமூகவியலாளராக, தமிழறிஞராக, வடமொழி விற்பன்னராக, சக திராவிட மொழிகளில் புலமை பெற்றவராகத் தோற்றம் தருகிறார். திராவிட இயக்கத்தின் பவள விழா நடந்த நேரமாகப் பார்த்து இக்கட்டுரை வெளியிடப்பட்டுள்ளது. "சாதிக் கண் கொண்டு பார்க்கிற தத்துவத்துக்கே மரண அடி கொடுத்த அரசு" தமிழ்நாட்டில் அமைக்கப்பட்டு விட்டதாக திராவிட இயக்கத்தோடு நீண்டகாலத் தொடர்புடைய இன்றைய கல்வி அமைச்சர் (தினமணி, 25-12-91) கூறியுள்ளதைக் கேட்ட பிறகு சத்யா போன்றவர்கள் இனி கட்டுரைகள் எழுத வேண்டியதில்லை என்ற எண்ணம் எங்களுக்கு ஏற்படுகிறது. ஏனெனில் இனி ஆரிய-திராவிடப் பிரச்சினைகளே எழா; சாதிப்பாகுபாடுகளோ, சாதியின் பெயரால் உயர்வு தாழ்வுகளோ, ஒடுக்குமுறையோ இரா.

இதுபோன்ற வேற்றுமைகளை ஏற்படுத்தியவர்கள் சேம்பர்ஸ் அகராதி, திராவிட பூகோள எல்லைகள், பாணினி, திராவிடத்தின் மூலவேரான ஆரியம் முதலிய பல்வேறு செய்திகளைப் பற்றிய எவ்வித அறிவும் இல்லாதவர்கள்; தமிழரைக் கூறுபடுத்துவதற்காக பிரிட்டிஷ் ஏகாதிபத்தியவாதிகள் கையாண்ட பொருளில், 'திராவிடம்' என்ற சொல்லைப் பயன்படுத்தியவர்கள்; பிரிட்டிஷ் ஏகாதிபத்தியம் இல்லாதிருந்தால் சாதி ஏற்றத்தாழ்வுகளோ, ஒடுக்குமுறையோ இல்லாதிருந்த ஓர் இலட்சியத் தமிழ்ச் சமுதாயம், "சாதிக் கண் கொண்டு பார்க்கும் தத்துவத்திற்கு மரண அடி கொடுத்த அரசை" தேவையற்றதாக்கியிருக்கும் இத்தகைய வரலாற்று உண்மைகளைக் கூறி எங்களை மகிழ்ச்சியில் ஆழ்த்திய சத்யா திடீரென்று ஒரு குண்டைத் தூக்கிப் போட்டுவிட்டார். "திராவிடம் என்ற கொள்கை சமுதாயச் சீர்திருத்தத்திற்கு அவசியமாயிருந்த அதேசமயம், "பிராமணப் பாம்புகளை" அடித்துக் கொல்லவும் அது தேவைப்பட்டது" என்றெழுதி நீதிக்கட்சிக்கும் ஒரு 'நீதி' இருந்தது என்றல்லவா எழுதிவிட்டார்!

அதேபோல ஆரியம்-திராவிடம் பற்றி 1920களிலிருந்து நடைபெறும் விவாதத்தின் சிந்தனைக் கட்டுக்கோப்பை (Problematique) மாற்றியமைத்து ஒரு புதிய திசையில் நம்மை அழைத்துச் செல்வார் என்ற எதிர்பார்ப்பை அவர் உருவாக்கிவிட்டு மீண்டும் நம்மை ஏமாற்றிவிடுகிறார். கோஸாம்பி, ஆர்.என். சர்மா, ரொமிலா தாப்பர் போன்ற மார்க்சிய அடிப்படையில் வரலாற்றை அணுகுபவர்களை அடிக்கடி மேற்கோள்காட்டும் சத்யா, அதே அலைவரிசையில், அவர்களுக்கு நேர்மாறான அணுகுமுறையைக் கொண்டிருந்த மஜும்தாரையும் சேர்த்துவிடுகிறார். கோஸாம்பியின் அறிவியல் அடிப்படையிலான ஆய்வுகளைப் பயன்படுத்திக் கொள்ளும் அதே மூச்சில் புராணக் கதைகள், இதிகாசங்கள் ஆகியவற்றின் அடிப்படையில் மொழியாராய்ச்சி செய்த பி.டி. சீனிவாச ஐயங்காரையும் பயன்படுத்திக் கொள்கிறார். பி.டி. சீனிவாச ஐயங்காரின் ஆய்வுகளும் கண்டுபிடிப்புகளும் எவ்வளவு 'அறிவியல்' தன்மை வாய்ந்தவையோ அவ்வளவு 'அறிவியல்' தன்மை ஒரு சுந்தரம் பிள்ளை, ஒரு கனகசபைப் பிள்ளை ஆகியோருக்கும் உண்டு என்பதை அவர் ஏன் ஏற்றுக்கொள்ள மறுக்கிறாரோ தெரியவில்லை. "தினமணி"யில் ஆரிய-திராவிட

விவாதத்தை துவக்கி வைத்த கே.எஸ். ஸ்ரீனிவாசன் கூட சத்யாவைப் போலவே ஓர் இரட்டை அளவுகோலைப் பயன்படுத்துகிறார்: 'பாரபார' என்ற சொல்லிலிருந்து 'பார்ப்பனர்' என்ற சொல்லும் 'அந்தர்த்யான' என்ற சொல்லிலிருந்து அந்தணர் என்ற சொல்லும் பிறந்ததாக வேர்ச்சொல் ஆராய்ச்சி செய்யும் அவர், 'பார்ப்பான்', 'அந்தணன்' என்பதற்கு வேறு பொருள் கூறும் தமிழ் வேர்ச்சொல் ஆய்வு "தமிழ் மரபுக்கே உரிய பொருளற்ற விளக்கம்" என்று சாடிவிடுகிறார் (தினமணி/கணையாழி).

கடந்த 70 ஆண்டுகாலத் தமிழக வரலாற்றைப் படிப்போர்களுக்கு சத்யாவும் ஸ்ரீனிவாசனும் 1920களில் ஏ.எஸ். பஞ்சாபகேச ஐயரும் ஆர். சுவாமிநாத ஐயரும் செய்த 'மொழியியல்' ஆய்வுகளையே திரும்பத் திரும்பக் கிளிப்பிள்ளை போல ஒப்பிக்கின்றனர் என்பது புலப்படும். சத்யா செய்யும் ஒரே புதுமை என்னவென்றால் புத்தர், மகாவீரர், கோஸாம்பி ஆகியோரைத் துணைக்கழைப்பதுதான். சம்ஸ்கிருதமும் ஆரியர்களும் இந்தியாவிலுள்ள பிற மொழிகள் மீதும் அவற்றைப் பேசியவர்கள் மீதும் தாக்கம் ஏற்படுத்தியதுபோல, பிறமொழிகளும் அவற்றைப் பேசியவர்களும் ஆரியர்கள் மீது தாக்கம் ஏற்படுத்தினர்; இன, மொழி, பண்பாட்டுக்கலப்புகள் ஏற்பட்டன என்ற கோஸாம்பியின் கருத்தோடு எங்களுக்கும் உடன்பாடு உண்டு. ஆனால் கோஸாம்பியை மேற்கோள் காட்டும் சத்யா, தென்னாட்டுக் கடவுள்களை வடநாட்டு ஆரியர்கள் ஏற்றுக் கொண்டதை மட்டும் குறிப்பிட்டுவிட்டு, தமிழ் மட்டும் தன் பிறப்புக்கும் வளர்ச்சிக்கும் சம்ஸ்கிருதத்திற்குக் கடன்பட்டுள்ளது. என்று வாதாடுகிறார்... புத்தரும், மகாவீரரும் ஆரிய குமாரர்கள் என்று கூறும் சத்யா, அவர்கள் ஏன் பிராமணிய வைதீக மதத்தை எதிர்த்தார்கள் என்பதைக் கூறுவதில்லை. சமண மதம் பரவிய இடங்களிலெல்லாம் சம்ஸ்கிருதம் அல்லாத, மக்கள் பேசிய மொழிகளின் வளர்ச்சிக்கு அம்மதம் காரணமாக இருந்தது. கல்வி நிறுவனங்களைப் பரவலாக்கி, கல்வியை எல்லோருக்கும் பொதுவான தாக்கிய சமணத்திற்கும் பௌத்தத்திற்கும் மாறாக, பிராமணிய வைதீக மதம் சாமானியர்களுக்கு எட்டாத சம்ஸ்கிருதத்தை வளர்த்தது; அறிவைப் பார்ப்பனர்களின் முன்னுரிமையாக்கியது. வேதங்களையும் சாத்திரங்களையும் சூத்திரர்களும் பஞ்சமர்களும் காதால் கேட்பது கூடப் பாவம்

என்று கருதியது. இந்தக் கொடுமையை இராமானுசர்கூட எதிர்க்கவில்லையா?

சம்ஸ்கிருதம் அப்பா, தமிழ் அன்னை என்கிறார் சத்யா. அப்படியானால் கோவில்களிலும் பெரும்பாலான பார்ப்பனர் குடும்பங்களிலும் "அப்பா"வுக்குத் தரப்படும் மதிப்பும் மரியாதையும் அன்னைக்குத் தரப்படாதது ஏன்? கோஸாம்பி தொட்டு மஜூம்தார் வரை பல்வேறு வரலாற்றறிஞர்களைப் படித்துள்ள சத்யா, ஆரியம், சம்ஸ்கிருதம் பற்றிய கட்டுக் கதைகள் (Aryan myths) முதன் முதலில் ஐரோப்பாவில் யாரால், எக்காலகட்டத்தில், எந்த நோக்கம் கருதி உருவாக்கப்பட்டன, மோனியர், மார்க்ஸ் ம்யுல்லர் போன்றவர்களால் எவ்வாறு இந்தியாவுக்குள் கொண்டுவரப்பட்டன என்பதையோ இங்குள்ள பார்ப்பனர்கள் தங்களைப் பிறரைவிட மேலான 'ஆரியர்கள்' என்றும் சம்ஸ்கிருதமும் ஆரியப் பண்பாடும் மட்டுமே பொதுவாக எல்லா நாகரிகம், பண்பாடு ஆகியவற்றின் ஊற்றுக் கண்கள் என்றும் கருதிக்கொண்டதையோ சத்யா ஏன் சுட்டிக்காட்டவில்லை? இங்கே வாழும் பிற மக்களைவிட நாங்கள் உயர்ந்தவர்கள், நாங்கள்வேறு நீங்கள் வேறு என்று ஒருசாரார் கூறிக்கொள்ளும்போது, அந்த மக்கள் "ஆம் நீங்கள் வேறு, நீங்கள் ஆரியர்கள், நாங்கள் திராவிடர்கள்" என்று கூறிக்கொள்வதில் என்ன தவறு? சாதி அல்லது. வர்க்க ஆதிக்கத்திற்கும் தேசிய ஒடுக்குமுறைக்கும் எதிராகப் போராடும் மக்களுக்குத் தங்களைப் பற்றித் தாங்களே உருவாக்கிக் கொள்ளும் சுய–அபிப்பிராயம்தான் பல சமயங்களில் முக்கியமாகப்படுகிறதேயன்றி, ஆதிக்கத்திற்கெதிரான தங்கள் கலகக் குரல்கள் அறிவியலின்பாற்பட்டதா, ஆராய்ச்சியறிஞர்களின் ஒப்புதலைப் பெறக்கூடியதா என்பதன்று. ஆனால், ஆராய்ச்சியாளர்களின் பணி மேற்பரப்புக்குத் தோன்றக் கூடியவற்றில் ஊடுருவி அவற்றின் சாரத்தைக் கண்டறிவதுதான்.

மொழியியலின் (Philology) அடிப்படையில் மட்டும் ஒரு குறிப்பிட்ட மொழியைப் பற்றி ஆய்வு நடத்துவதில் உள்ள அபாயங்களையும் சிக்கல்களையும் இன்றைய மொழி யியலாளர்களும் மொழிவல்லுநர்களும் சுட்டிக் காட்டுகின்றனர்.

சமூக மொழியியல் (Sociolinguistics) போன்ற துறைகள் இன்று உலகெங்கும் முக்கியத்துவம் பெற்று வருகின்றன. குறிப்பிட்டதொரு மொழி ஒரு சமுதாயத்தில் யாரால், எவ்வாறு, எச்சூழலில் பயன்படுத்தப்படுகிறது; ஒரே மொழி நமது வாழ்வின் பல்வேறு நடவடிக்கைகளிலும் நிலைகளிலும் பல்வேறு வகைகளில் எவ்வாறு பயன்படுத்தப்படுகிறது; வரலாற்று, சமூக, அரசியல் நிகழ்வுகள் எவ்வாறு மொழியின் தன்மையையும் அதன் உள்ளடக்கத்தையும் மாற்றியமைக்கின்றன என்பன போன்றவற்றை ஆராய்கிறது சமூகமொழியியல். அது வரலாற்றைப் பின்னணியாகப் பயன்படுத்திக் கொண்ட போதிலும் நடப்புக் காலச் சமூக நிகழ்வுகளையே தனது முதன்மையான அக்கறையாகக் கொண்டுள்ளது. ஆனால், இத்தகைய ஆய்வுகளைச் செய்வதில் எப்போது தயக்கம் காட்டுகிறவர்கள், உயர்சாதி மனப்பான்மையும் மேல் வர்க்க மனப்பான்மையும் கொண்டவர்கள்தான். ஏனெனில் அவர்கள் தம்மை வரலாற்றுக்கும் சமுதாயத்திற்கும் அப்பாற்பட்டவர்களாக நினைத்துக் கொள்பவர்கள்.

சமூக மொழியியல் அடிப்படையில் பார்க்கும்போது சம்ஸ்கிருதம் எவ்வாறு பார்ப்பனியத்துக்குத் துணைபோகிறது என்பதைப் புரிந்துகொள்ள முடியும் சம்ஸ்கிருதம் என்பது வெறும் மொழிமட்டுமன்று அது சில சமூக மதிப்பீடுகளின் கொள்கலனும் ஆகும் என்பதையும் புரிந்துகொள்ள முடியும், சம்ஸ்கிருதம் என்ற மொழி மீது தமிழர்களுக்கு ஏற்பட்ட வெறுப்புக்குக் காரணம் அது சனாதன. தர்மத்தோடும் வைதீகப் பார்ப்பனியத்தோடும் தொடர்புடையதாக இருந்தமைதான். தமிழ்நாட்டிலுள்ள பார்ப்பனர்கள் தூக்கிப் பிடித்துக் கொண்டிருப்பது சம்ஸ்கிருதத்தில் உள்ள பௌத்த-சமண இலக்கியங்களையா? இல்லை. மனுஸ்மிருதியையும் மகாபாரதத்தையும் தர்ம சாஸ்திரங்களையும் தானே. இவை குறித்து மதுலிமயே (இவர் மார்க்சியவாதியோ, திராவிட இயக்கத்தவரோ, பிரிவினைவாதியோ அல்லர்) கூறுகிறார்:

"..மகாபாரதத்திலுள்ள சாந்தி பருவம், மனுஸ்மிருதி, தர்ம சாஸ்திரங்கள் ஆகியவற்றைப் புரட்டிப் பார்ப்போருக்கு ஒரு விகாரமான உண்மை புலப்படும். இஸ்லாமியக் கால கட்டத்திற்கு

முன் ஆட்சி செய்த இந்து மன்னர்கள் எல்லார் மீதும் ஒரே மாதிரியான சமய நம்பிக்கைகளைத் திணிப்பதைப்பற்றி ஒருபோதும் நினைத்துக்கூடப் பார்க்கவில்லை. ஆனால் தர்ம சாஸ்திரங்களோ, கடவுளாலேயே உருவாக்கப்பட்ட நால்வர்ண முறையை அரசர்கள் தங்கள் மக்கள் மீது கண்டிப்பாகத் திணிக்க வேண்டும் என்றும் அந்த நால்வர்ண தர்மத்தை மீறிச் செயல்படும் சமுதாயத்தின் கீழ்த்தட்டு மக்களைக் கடுமையாகத் தண்டிக்க வேண்டும் என்றும் அறிவுறுத்தின. இதுதான் அரசர்கள் கடைப்பிடிக்க வேண்டிய மிக உயர்ந்த கடமை என்றும் அது சமயத்தால் புனிதமானதாகக் கருதப்படுகிறது என்றும் தர்ம சாஸ்திரங்கள் கூறின." (Secular Nationalism, Mainstream 21-12-91).

அன்றும் இன்றும் இலக்கிய மொழியாகவும் பேச்சுமொழியாகவும் உள்ள தமிழையும், என்றுமே இலக்கிய மொழியாகயும் புரோஹித மொழியாகவும் மட்டுமே இருந்து வருகிற சம்ஸ்கிருதத்தையும் ஒன்றுக்கொன்று ஒப்பிட்டுப் பார்ப்பதே ஒரு முறையியல் / திணையியல் தவறு (Methodolocical Category Mistake) என்று நாங்கள் கருதுகிறோம். இலத்தின் மொழிக் குடும்பத்தைச் சேர்ந்த ஐரோப்பிய மொழிகள் பேசும் நாடுகளுக்குப் போய் "உங்கள் மொழிகள் எல்லாம் இலத்தீனிலிருந்து பிறந்தவை; அவற்றுக்குத் தனித்தன்மை ஏதும் இல்லை; உங்கள் மொழிகளைப் பற்றி நீங்கள் தெரிந்துகொள்ள வேண்டுமானால் இலத்தீனைப் படித்தே தீரவேண்டும் என்று யாரேனும் கூறினால் அந்த நாட்டு மக்கள் அதனைப் பொறுத்துக் கொள்ள முடியாத அவதூறாகவே கருதுவர். சம்ஸ்கிருதத்தைக் கட்டாயப் பாடமாக விருப்பத்தோடு பயில்வதாக சத்யாவால் கூறப்படும் மலையாளிகளிடத்திலும் தெலுங்கர்களிடமும் அவர் இத்தகைய கருத்தைச் சொல்லிப் பார்க்கட்டும். ஏன், மராத்தியர்களிடமாவது சொல்லட்டும். அங்கே எத்தகைய எதிர்வினையை அவர் சந்திக்க நேரிடும் என்பதை நாம் சொல்லத் தேவையில்லை.

பார்ப்பனர்கள் ஆரியர்களா, திராவிடர்களா என்பதில் எங்களுக்கு அக்கறையில்லை. "பார்ப்பனரும் திராவிடரே, வட மொழியும் திராவிடமே" என்று கணையாழி ஆசிரியரே கூறிவிட்டதால் அதை மறுக்கும் துணிவு எங்களுக்கு இல்லை! ஆனால் வரலாறு

நெடுக, மதுலிமயே சுட்டிக்காட்டியதுபோல அரசனுக்கும் அரசுக்கும் சுரண்டும் வர்க்கங்களுக்கும், சம்ஸ்கிருதமும் வைதீகப் பார்ப்பனியமும்தானே துணை போயிருக்கின்றன? சமுதாயம் முழுவதற்குமான கருத்தொற்றுமையை (Consensus) பார்ப்பனர்களும் சம்ஸ்கிருதமும் பல சமயங்களில் உருவாக்கியிருப்பதும்கூட உண்மைதான். ஆனால் இந்தக் கருத்தொற்றுமை எந்த நிபந்தனைகளின்பேரில், யாருக்குச் சாதகமாக உருவாக்கப்பட்டது என்பதைத்தான் நாம் பார்க்க வேண்டும்.

இத்தகைய கருத்தைத்தான் சத்யா அடிக்கடி மேற்கோள்காட்டும் கோஸாம்பி பலமுறை சுட்டிக்காட்டியுள்ளார். இந்தியாவில் பொருளுற்பத்தி முறைகள், பகிர்ந்தளிப்பு முறைகள் ஆகியவற்றைத் தீர்மானிப்பதில், உற்பத்திச் சாதனங்களை உடைமை கொள்வதைத் தீர்மானிக்கக் கூடியவர்களாக இருந்து வந்துள்ளவர்கள் பார்ப்பனர்கள்தாம் என்பது அவர் கருத்து. சம்ஸ்கிருத மொழி பற்றி கோஸாம்பி கூறியுள்ள கருத்துகளைச் சற்று விரிவாகவே நாம் எடுத்துக் காட்ட விரும்புகிறோம்.

An Introduction to the Study of Indian History (Popular Prakashan. Bombay, 1975) என்ற நூலில் அவர் கூறுவதாவது: கி.மு. இரண்டாம் நூற்றாண்டில் இந்தியாவிற்குள் படையெடுத்து வந்த ஆரியர்கள் ஏதோ ஒரு வகை சம்ஸ்கிருதம் பேசினர். பின்னர் ஆரியமயமாக்கப்பட்ட நிலப் பகுதிகளில் வாழ்ந்தவர்களும் கூட அம்மொழியைப் பேசத்தொடங்கினர். வேதங்களில் பிராகிருத மொழியின் சாயல்கள் தென்படுகின்றன. அசோகன் காலத்திய கல்வெட்டுகளும் குஷானர், சாதவாகனர் காலக் கல்வெட்டுகளும் சம்ஸ்கிருதத்தில் பொறிக்கப்பட்டவை அல்ல. ஆனால் அதற்குப் பிந்தைய காலத்தில் எந்தப் பகுதியில் கல்வெட்டுகள் பொறிக்கப்பட்டாலும் அவை சம்ஸ்கிருதத்திலேயே இருந்தன. அதற்குக் காரணம் என்ன? பிராகிருதத் தாக்கம் பெற்றிருந்த சம்ஸ்கிருதம் செவ்வியல் சம்ஸ்கிருதமாக (Classical Sanskrit) உருமாறியது ஏன்? ஐரோப்பாவை எடுத்துக் கொண்டால் லத்தீன் மொழி செவ்வியல் மொழியாக இருந்த நிலையிலிருந்து மாறி பின்னர் பல்வேறு ஐரோப்பிய மொழிகளாக (பேச்சு மொழிகளாக) மாறியது. சம்ஸ்கிருதத்தின் வளர்ச்சிப் போக்கு

இதற்கு நேர்மாறானது. பண்பாட்டுக் காரணங்களை மட்டும் காட்டி இதனை விளக்க முடியாது.

“சம்ஸ்கிருத மொழி, சம்ஸ்கிருதப் பண்பாடு என்ற பிரச்சினையின் மூலவேர் இந்தியாவின் உற்பத்தி அமைப்புகளின் வளர்ச்சியாகும்; குறிப்பாகப் பார்ப்பனச் சாதிக்கு ஒரு தனிச்சிறப்பான இடம் ஏற்பட்டமையாகும்” *(பக். 278–279)*, சம்ஸ்கிருத மொழி வழக்கில் இருந்த காலத்தில் உயர்வர்ணத்தினர் மட்டுமே அதனைப் படிக்கவும் பயன்படுத்தவும் முடிந்தது. சூத்திரர்களுக்கு அந்த உரிமை இருக்கவில்லை. சம்ஸ்கிருத மொழியைப் பரப்பியரும் கற்பித்தவரும் முதன்மையாகப் பார்ப்பனராகவே இருந்ததாலும் அப்பார்ப்பனர்களின் தலையாயப் பணி புரோகிதப் பணிகளுக்கு ஆள்களைச் சேர்ப்பதாக இருந்தாலும் பார்ப்பனர்களுக்கும் அரசர்களுக்கும் பொதுவான அக்கறைகளாக விளங்கிய காதல், சமயம் ஆகியவற்றை அம்மொழி அடிப்படையாகக் கொண்டிருந்தது” *(ப.280)*

அர்த்த சாத்திரமும் காம சூத்திரமும் ஆளும் வர்க்கத்தினராலும் புரோகிதச் சாதியினராலும் மட்டுமே படித்து அனுபவிக்கப்பட்டன. அசோக மன்னனின் கல்வெட்டுகளிலிருந்து சம்ஸ்கிருதம் மகத நாட்டின் ஆட்சி மொழியாக இருக்கவில்லை என்பது தெரிய வருகிறது. ஓய்வு நேரமும் வசதியும் பெற்றிருந்த மேல் வர்க்கத்தினர் மட்டுமே சம்ஸ்கிருதத்தைப் பயன்படுத்தி வந்ததால் அது ஒரே சீரான வகையில் செம்மைப்படுத்தப்பட்டு வந்தது. அதன் இலக்கணம் மென்மேலும் நுட்பமானதாகவும் சிக்கலானதாகவும் வளர்ச்சி பெற்று வந்தது. பாணினி தனக்கு முன்பிருந்த எல்லா இலக்கணங்களையும் ஒழித்துக்கட்டிவிட்டதோடு, சம்ஸ்கிருதம் பல்வேறு வட்டார மொழிகளாகக் கூறுபடுவதையும் தடுத்து நிறுத்திவிட்டார். அவரும் அவருக்குப் பின்வந்த பதஞ்சலியும் மொழியைப் பற்றிய ஒரு கருத்து முதல்வாதக் கண்ணோட்டத்தையே (Idealistic outlook) கொண்டிருந்தனர். இன்னும் சொல்லப்போனால் சம்ஸ்கிருதத்திலும் அதனைப் பயன்படுத்திய பார்ப்பனர்களின் மனத்திலும் கருத்து முதல்வாதம் ஊறிப்போயிருந்தது. எடுத்துக்காட்டாக, பருண்மையான பொருளுக்குரிய சம்ஸ்கிருதச் சொல் ‘பதார்த்தா’ என்பதாகும். அதாவது சொல்–பொருள்”

(Word-Meaning) என்பதுதான் அச்சொல்லின் நேரடியான அர்த்தம். அதாவது அந்தப் பருண்மைப் பொருளுக்கென்று தனித்தன்மை கிடையாது. அதைக் குறிக்கும் சொல்லிலிருந்துதான் அது உயிர் பெறுகிறது என்பதுதான் இதன் பொருள் (ப. 281–283). மொழிக்கு வெளியே யதார்த்த உலகு இருப்பதை சம்ஸ்கிருத மொழி ஏற்றுக்கொள்வதில்லை போலும்!

கோஸாம்பி மேலும் கூறுகிறார்: "பிற்கால வேதங்களிலும் உபநிடதங்களிலும் சொற்புதிர் நிரம்பியுள்ளது. அலங்காரச் சுமையேறியதாகத் தொடர்ந்து சம்ஸ்கிருதம் உருமாறி வந்ததுதான் அதன் இயல்பாக அமைந்தது. அதன் காரணமாக, வலிந்து உருவாக்கப்பட்ட வாக்கியங்கள், சிக்கலான சொற் கூட்டுகள், கணக்கற்ற இணைப்பொருள் சொற்கள் (Synonyms), மிதமிஞ்சிய உயர்வு நவிற்சி ஆகியவற்றின் காரணமாக ஒரு சம்ஸ்கிருத ஆவணத்திலிருந்து துல்லியமான அர்த்தத்தைப் பெறுவது மென்மேலும் கடினமானதாகின்றது. மிகச்சிறப்பாகப் புனையப்பட்ட புகழ்மாலைகள் (Eulogies) எந்த அரசனைப் புகழ்வதற்காக அவை இயற்றப்பட்டன, எதற்காக அவன் புகழப்படுகிறான் என்பதை ஒருபோதும் சொல்வதில்லை. பொருள் என்ற உள்ளடக்கத்தின் மீது உருவம் பெற்றுவிட்ட இத்தகைய வெற்றியால் எல்லாவற்றையும்விடக் கூடுதலாகப் பாதிக்கப்பட்டவை அறிவியல், தொழில்நுட்பம் ஆகியன பற்றிய இலக்கியங்களேயாம் – சம்ஸ்கிருதம் அத்தகைய நூல்களை மனப்பாடம் செய்து வைத்துக் கொள்ளக்கூடிய ஆனால் புரிந்து கொள்ள முடியாத சூத்திரங்களாகச் சுருக்குவதற்கு உதவிய போதிலும்" (பக். 281–283).

“சம்ஸ்கிருதக் கலைச்சொற்கள் துல்லியமான பொருளைத் தரக்கூடியனவல்ல. ஒரு தாவர இனத்தைக் குறிக்கும் ‘அனந்தா’ (முடிவில்லாத) என்ற சொல், குறைந்தது பதினான்கு தாவர இனங்களைக் குறிப்பதற்கும் மருத்துவர்களால். பயன்படுத்தப்படுகிறது. இது ஒவ்வொரு வட்டாரத்திலும் சம்ஸ்கிருதம் வழங்கிய விதம், சம்ஸ்கிருதத்தின் மீது வட்டார வழக்காற்று மரபுகளும் வட்டார மொழியும் ஏற்படுத்திய தாக்கம் (இவைதான் சம்ஸ்கிருதத்திற்கு வலுவும் உயிரும் ஊட்டின)

என்பதை வெளிப்படுத்துகின்றது; மேலும், இந்திய அறிவியல் எவ்வாறு ரகசியமாக்கப்பட்டுவிட்ட அறிவுத்துறையாகச் சீரழிந்தது என்பதையும் அது காட்டுகிறது. மலே குறிப்பிட்ட பதினான்கு தாவர இனங்களில் பெரும்பாலானவை இன்றும்கூடப் பயன்படுத்தப்படுகின்றன. ஒவ்வொரு ஆயுர்வேத மருத்துவனும், தான் பயன்படுத்தும் தாவரம்தான் உண்மையான – 'அனந்த்தா' என்றும் மற்றவன் (அதாவது முற்றிலும் மாறுபட்ட வேறொரு 'அனந்த்தா'வைப் பயன்படுத்தி அதே நோய்க்குச் சிகிச்சை தருபவன்) ஒன்றும் தெரியாத அரைவேக்காட்டுப் பேர்வழி என்றும் கூறிக்கொள்கிறான்..." (ப. 283).

"சம்ஸ்கிருத இலக்கியம் ஒரு வர்க்கத்தின் இலக்கியமேயன்றி மக்களின் இலக்கியமல்ல" என்று கூறும் கோஸாம்பி மேலும் கூறுகிறார்: "சம்ஸ்கிருத மொழி, தொழில் நுட்பம், உடலுழைப்பால் செய்யப்படும் வேலைகள், வர்த்தக ஒப்பந்தங்கள், ஒப்பந்தங்கள், நில அளவீடுகள் ஆகியவற்றில் எவ்விதமான நேரடியான ஈடுபாடும் இல்லாத ஒரு வர்க்கத்துடன் மட்டுமே நெடுங்காலமாகத் தொடர்பு கொண்டிருந்ததன் காரணமாகப் பாதிப்புக்கு உள்ளாயிற்று. இந்த வர்க்கத்தினர் சாதாரண மக்கள் புரிந்து கொள்ள முடியாத வகையில் தமது நுட்பமான கருத்துகளைச் சிக்கலான நடையில் எழுதுவதற்கும் பின்னர் அத்தகைய எழுத்துகளிலிருந்து கருத்துகளைச் சிக்கலவிழ்த்துக் காட்டுவதற்குமான ஓய்வு நேரத்தைப் பெற்றிருந்தனர்." (ப. 283)

"உயர் இலக்கிய சம்ஸ்கிருதத்தில் உரைநடை முற்றிலுமாக மறைந்து விட்டது. இலக்கிய வழக்கு மரபில் எஞ்சியுள்ள சொற்கள் பல்வேறுவகைத் துணை அர்த்தங்கள் கொள்ளலா 1யின. அதன் காரணமாக, ஒரு நல்ல சம்ஸ்கிருதப் படைப்பை விளக்கவுரைகள் இல்லாமல் விளக்க முடியாது. விளக்கவுரைகளிற் பல தவறானவை என்று நிரூபிக்கப்படக்கூடியவை. அவை குறிப்பிட்ட படைப்பின் பொருளைக் குழப்பவே உதவுகின்றன. ஐரோப்பாவில் முதன் முறையாக உருவாக்கப்பட்ட விமர்சன முறைகளின் துணைகொண்டே இப்படைப்பின் மூலப்பொருளை உய்த்துணர முடியும். ஆட்சித்துறையில் பயன்படுத்தப்பட்டு வந்த பழைய சொற்கள் (எடுத்துக்காட்டாக 'அர்த்' என்ற சொல்,

செப்புத்தகட்டுச் சாசனங்கள்) ஆகியன மறைக்கப்பட்டுவிட்டன. வேறுசில விடயங்கள் (எடுத்துக்காட்டாக தாந்திரிகத்தில்) வேண்டுமென்றே பூடகமாக்கப்பட்டதால் படைப்பின் பொருளும் படைப்பு குறிப்பிடும் வழிபாடும் முற்றிலுமாக மறைந்து போயின. மனப்பாடம் செய்துகொள்வதற்கான உத்திகளில் வியக்கத்தக்க முறைகளில் வளர்ச்சி ஏற்பட்ட போதிலும் அவை மேற்சொன்ன விளைவுகளையே ஏற்படுத்தின— ஒவ்வொரு அறிவுத் துறைக்கும் அதற்கு மட்டுமே உரிய கலைச்சொற்களைப் பிரத்யேகமாக உருவாக்கியளித்ததன் மூலம்" *(பக். – 283–284)*

"இப்போதும்கூட ஓர் எழுத்துப் பிசகோ உச்சரிப்புப் பிசகோ இல்லாமல் (மேலிருந்து கீழாகவும் கீழிருந்து மேலாகவும்) ஒரு வேதம் முழுவதையும் ஓதக்கூடிய சாஸ்திரிகள் உள்ளனர். பாணினியின் இலக்கணம், அமரகோச அகராதி ஆகியன முழுவதையும் மனப்பாடமாகத் தெரிந்துவைத்துள்ளவர்களும் உண்டு. இருப்பினும் சம்ஸ்கிருத மொழி முழுவதையும் உண்மையில் அறிந்துகொண்ட ஒருவர் கூட இல்லை. 'காரிகா' வடிவத்தில் எழுதப்பட்டுள்ள கணித, வானவியல் நூல்களை எளிதாக மனப்பாடம் செய்து கொள்ளமுடியும். ஆனால் அவை அக்குறிப்பிட்ட சாத்திரங்களுக்கே உரிய பிரத்யேகமான பரிபாஷையுடன் பரிச்சயமில்லாதவர்களுக்குப் புரியாது. ஏனெனில் ஒவ்வொரு எண்ணும் அதன் செயல்பாடும் பல்வேறு சொற்களால் குறிக்கப்படுகின்றன. அச்சொற்களுக்கு அன்றாட வாழ்வில் வழங்கப்படும் பொருள்களோ முற்றிலும் வேறானவை" *(ப. 984)*.

"சிற்பக்கலை, ஓவியக்கலை, கட்டடக்கலை ஆகியன பற்றிய பிற்கால நூல்கள் இன்னும் இருக்கின்றன. ஆனால் அவற்றில் கூறப்படும் விவரங்களோ, சிற்பங்கள், கட்டடங்கள் ஆகியவற்றின் அளவுகளுடனும் ஓவியங்களிலுள்ள வண்ணங்களின் இரசாயனச் சேர்க்கைகள் பற்றிய விவரங்களுடனும் பொருந்துவதில்லை. கலைஞர்களும், கொத்தனார்களும் தங்கள் வழியிலேயே சென்றனர்... கருமான், குயவன், தச்சன், நெசவாளி, உழவன் ஆகியோருக்கு எவ்வகையிலும் பயன்படக்கூடிய சம்ஸ்கிருத நூல் ஏதும் இல்லை, சமுதாயத்தில் உயர்ந்த இடங்களில்

இருந்தவர்கள் பயன்படுத்திய நூல்களில் பயன்பாட்டுக்கும், செயல்முறைக்கும் உதவாத சம்பிரதாயமான விஷயங்களே நிரம்பியுள்ளன. வரலாற்றுத் தொகுப்புகள் (annals), வரலாற்று நூல்கள் (சம்ஸ்கிருதத்தில்) இல்லாதது பற்றி நாம் ஏற்கெனவே குறிப்பிட்டுள்ளோம். சடங்கு, தத்துவம், இறையியல், கவிதை ஆகியனவே சமஸ்கிருத இலக்கியத்தின் மிகப்பெரும் பகுதியாக உள்ளன. இவ்வகையில் சம்ஸ்கிருதத்திற்கும் அரபுமொழிக்குமுள்ள வேறுபாட்டைப் பரிசீலிப்பது முக்கியமாகிறது. மருத்துவம், புவியியல், கணிதம், வானவியல், நடைமுறை அறிவியல் (Practical Sciences) ஆகியனபற்றி அரபு மொழியில் எழுதப்பட்டுள்ள நூல்கள், அவை புழங்கிய காலத்தில் ஆக்ஸ்போர்ட் முதல் மலாயா வரை பயன்படுத்தப்படும் அளவிற்குத் துல்லியமான பொருள் தரக் கூடியவையாக இருந்தன. பல்வேறு தேசிய இனங்களைச் சேர்ந்த மக்கள் மீது ஒரு புதிய மதத்தையும் சேர்த்து அரபுமொழி திணிக்கப்பட்டது என்னவோ உண்மைதான். ஆனால் ஒரு வித்தியாசம் என்னவென்றால் அரபுமொழியில் புலமை பெற்றவர்கள் முதன்மையாக ஆணவமிக்க புரோகிதச் சாதியினர் அல்லர். அரபுமொழியில் எழுதியவர்கள் வர்த்தகம், போர், சோதனைமுறையிலான அறிவியல் ஆகியவற்றில் ஈடுபடுவதையோ, வரலாற்றுக் குறிப்புகள் எழுதுவதையோ வெட்கக்கேடானதாகக் கருதவில்லை" (பக் 284–285),

சம்ஸ்கிருதம் தன் இயல்பிலேயே ஜனநாயகத்தன்மையற்ற மொழியாக வளர்ச்சியடைவதற்கும் அதனை உயிருள்ள பேச்சு மொழியாகாமல் தடுப்பதற்கும் முக்கிய காரணகர்த்தாக்களாக இருந்தவர்கள் பார்ப்பனர்களே என்பது தெளிவு. அறிவுநூல்களை சம்ஸ்கிருதத்தில் எழுதிவைத்துப் பின்னர் அவை யாருக்கும் பயன்படாமல் செய்து விட்டனர். வேதங்களும், சாத்திரங்களும் சூத்திரர்களும் பஞ்சமர்களும் தெரிந்துகொள்ளும் வகையில் கற்பிக்கப்படவோ பரப்பப்படவோ இல்லை.

இத்தகையதொரு மொழியை இந்தியாவில் பண்பாட்டு வளர்ச்சியின் வரலாற்றை ஆய்வு செய்பவர்கள் புறக்கணித்து விட முடியாது என்பதையும், அவர்களுக்கு அம்மொழி அறிவும் புலமையும் கட்டாயம் தேவை என்பதையும் நாம்

மறுக்கவியலாது. ஆனால் எல்லோருமே கோஸாம்பியைப் போல ஆராய்ச்சி அறிஞர்களாக மாறிவிட முடியாது; மாறவேண்டிய தேவையுமில்லை. அதேபோல. தமிழறிஞராவதற்கான தகுதியைப் பெற சம்ஸ்கிருதப் பாடம் என்ற சுமையைத் தூக்கிக்கொண்டு திரிய வேண்டியதில்லை (சம்ஸ்கிருதம் மட்டுமல்ல இன்னும் எத்தனையோ மொழிகளைக் கற்பதும் நமது அறிவின் எல்லையை விரிவுபடுத்தும்.)

இந்தியப் பண்பாட்டு வளர்ச்சியின் வரலாற்றைப் புரிந்து கொள்வதற்கு சம்ஸ்கிருதத்தைக் கற்றல் என்பதன் பொருள் அதைப் 'புரோகித மொழி' 'தெய்வீக மொழி' என்ற நிலை யிலிருந்து அகற்றி ஒரு பண்பாட்டு மொழி என்ற நிலைக்குக் கொண்டுவருவதாகும்; உயிருள்ள பேச்சு மொழிகளாக உள்ள எல்லா இந்திய மக்கள் மொழிகளுமே பேச்சு வழக்கற்ற, நடைமுறை வாழ்வுக்குப் பயனற்ற ஒரு மொழியைவிட உயர்ந்தவை என்பதை ஏற்றுக் கொள்வதாகும்.

மேலும், 'அறிவு' என்ற விஷயம் பற்றிப் பேசுகையில், மகாபாரதம், பாணினி, கம்பர், பக்தி இலக்கியம் என்பதை மட்டுமே கவனத்தில் கொள்ளாமல் இவை அனைத்தையும் கைகூடி வரச் செய்வதற்கு இன்றியமையாத அடிப்படையான பொருள்வகை செல்வங்களை உற்பத்தி செய்யும் உழவர்கள், கொல்லர்கள, கருமான்கள், கொத்தனார்கள், ஆலைத் தொழிலாளிகள் ஆகியோரிடம் மண்டிக்கிடக்கும் அறிவையும் 'அறிவா'க ஏற்றுக் கொள்ள வேண்டும்.

இக்கட்டுரை நெடுக 'பார்ப்பனர்' என்ற சொல்லை இழிவுக்குறிப்பாக நாங்கள் பயன்படுத்தவில்லை. 'பிராமணர்' என்பதன் தமிழ்ச் சொல்லாகவே அதைக் கருதியுள்ளோம். எங்கள் கருத்துக்கு ஆதாரமாக நாங்கள் துணைக்கழைத்துள்ள கோஸாம்பி, மதுலிமயெ ஆகியோரும் பிறப்பால் (மட்டும்) 'பார்ப்பனர்'களே.

தினமணி (தமிழ்மணி), ஜனவரி 18, 1992

இது ஆரியர், திராவிடர், தலித் போராட்டம்...
– தமிழவன்

ஆரியர் – திராவிடர் மற்றும் பிராமணர் – தமிழர் அதுபோல் சமஸ்கிருதம் – தமிழ் என்று சமீபகாலத்தில் சர்ச்சைகளைத் தினமணி நடத்தி வருகிறது. இதில் பல தரப்பு விவாதங்களையும் பத்திரிகை ஆசிரியர் முன்வைப்பது பாராட்டுக்குரியது. இதன் மூலமாக தமிழ்நாட்டில் கடந்த நூற்றாண்டுகளாக நடந்துவரும் சர்ச்சைகள், போராட்டங்கள், சிந்தனா போக்குகள், கலை இலக்கியம் பற்றிய நிலைபாடுகள், தமிழகச் சாதி அமைப்புகளின் சரித்திரம் முதலியன வெளிப்பட வாய்ப்பு ஏற்பட்டுள்ளது.

இந்த விவாதத்தில் ஆர்.எஸ்.என். சத்யா எழுதிய கட்டுரைக்கு ஜனவரி 18ஆம் தேதிய தினமணியில் எஸ்.வி.ராஜதுரை, வ. கீதா ஆகிய இருவர் எழுதிய பதில் கட்டுரை கண்டேன்.

சத்யாவின் கட்டுரையை எகத்தாளமாகக் கேலி செய்யும் இவ்விருவர் கட்டுரைகூட சத்யாவின் அதே சிந்தனைக் கட்டுக்கோப்பையே கொண்டிருக்கிறது என்பதைச் சுட்டிக்காட்ட வேண்டும். சத்யா தமிழகத்தின் கடந்த நூறு வருஷ சமூக,

வர்க்கப் போராட்டங்களை சமஸ்கிருதம் – தமிழ் அல்லது பிராமணர்கள் – பிராமணரல்லாதார் போராட்டம் மட்டுமே என்று பார்ப்பதுபோலவே ராஜதுரை, கீதாவும் பார்க்கிறார்கள். இந்தப் போராட்டத்தில் இரண்டு மொழிகள் அல்லது இரு சமூகத்தினர் சம்பந்தப்பட்ட விஷயங்கள்தான் அடங்கி யிருக்கின்றன என்பதுதான் இவர்களின் வாதமும் எனவே சமஸ்கிருதம் தேவை என்று சத்யா வாதிட்டால் ராஜதுரை – கீதா சமஸ்கிருதம் தேவையில்லை என்று பட்டிமன்றப் பாணியில் பேசுகிறார்கள். இந்த அளவு திராவிட மாயை மூளைச் சலவை செய்துவிடுகிறது சிலரை.

கடந்த நூறு வருஷ தமிழக வரலாற்றில் ஆரிய திராவிட தாமகரணங்களின் கீழ் நடந்த போராட்டம், ஒரு சமூகப் போராட்டம். இந்தச் சமூகப் போராட்டத்தைப் பல சக்திகள் சேர்ந்து நடத்தின. இந்த அடிப்படை சமூகப் போராட்டம் தன்னை ஆரிய திராவிட சர்ச்சையாக வெளிப்படுத்தியது. அன்னி பெசன்ட் "ஹோம் ரூல்" இயக்கத்திற்குத் தன்னுடைய தியாஸபிகல் பின்னணியுடன் வந்தபோது அவிழ்த்துவிட்ட கட்டுக்கதைதான் பிராமணர்கள் ஆரியர் என்ற கதை. மோனியர் வில்லியம்ஸும் மாக்ஸ்முல்லரும் சமஸ்கிருதத்தைப் பாராட்டியபோது, தென்னிந்திய மொழிகள் திராவிட மொழிக் குடும்பத்தைச் சார்ந்தவை என்று சொன்ன கால்டுவெல் பிற்காலத் தமிழறிஞர்களுக்கு எடுத்துக் கொடுத்த துருப்புச் சீட்டுதான் பிராமணரல்லாதார் – திராவிடர்கள் என்ற இன்னொரு கதை. சமூகத்தில் போராடும் மனிதக் குழுக்கள், இந்த மாதிரி

* இக்கட்டுரைக்கு நாங்கள் வைத்த தலைப்பு: 'தமிழவனும் தலித் பிரச்சனையும்' என்பதாகும்.

** எங்கள் கட்டுரையின் தொடக்க வரிகள் கீழ்க்கண்டவாறு இருந்தன :

> "ஆரியம் - திராவிடம், சமஸ்கிருதம் - தமிழ் என்பன பற்றிய விவாதங்களுக்கு முற்றுப்புள்ளி வைத்துவிட்டதாக 25.1.92 அன்று அறிவித்த 'தினமணி', 9.2.92ஆம் தேதி 'தினமணி சுடரி'ல் அதனை மீண்டும் கொல்லைப்புற வழியாகக் கொண்டுவந்திருக்கிறது - 'தலித் பரிமாணத்'தைச் சேர்த்து (தமிழவன் கட்டுரை). இது எவ்வாறு பத்திரிகை தர்மத்தில் சேரும் என்ற கேள்வி ஒருபுறமிருக்க, தமிழவனின் விமர்சனத்தில் ஏதேனும் நேர்மை இருக்கிறதா என்ற கேள்வியும் எங்களுக்குள் எழுகிறது".

கட்டுக்கதைகளை நம்பத்தான் செய்யும். எனவே இரு சமூகக் குழுக்கள் தங்கள் வாழ்க்கை வசதிகளைப் பெருக்கிக் கொள்ள – அப்போது இந்த ஆட்சியில் அதிகம் பங்கு. கேட்க தாங்கள் இருவேறு சமூகங்கள் என்று அடையாளம் காட்ட செய்த உத்திதான் இந்த ஆரியர் – திராவிடர் நாமகரணங்கள். ஆரியர் – திராவிடர் இல்லை என்றால், இன்னொரு வெள்ளையன் – கருப்பன் என்பதையோ, வேறு ஏதோ ஒன்றையோ கையில் எடுத்துக் கொண்டிருப்பார்கள்.

நாம் பார்த்த இரண்டு வெள்ளைக்காரர்களும் சப்ளை செய்த நல்லதும் கெட்டதுமான பல விஷயங்களுடன் முக்கியமாக மறக்கப்பட்ட, துரோகம் இழைக்கப்பட்ட இன்னொரு சமூகக் குழு இருந்தது. அந்தக் கூட்டத்தினர் இந்த இரண்டு குழுக்களாலும் சுரண்டப்பட்ட அடிமையாக விற்கப்பட்ட, நாதிகெட்ட 'தலித்'துகள். எட்வின் மாண்டேகு என்ற பெயரில் இந்தியாவுக்குப் பொறுப்பாக இங்கிலாந்தில் இருந்த ஆங்கில அதிகாரிக்குப் பிராமணரல்லாத 40 மில்லியன் மக்களின் (தீண்டத்தகாதவர்களையும் சேர்த்து) பிரதிநிதிகள் தாங்கள்தான் என்று அதிகாரப் பிச்சை கேட்டுத் தந்தி கொடுத்த தியாகராய செட்டியார் தான், அமைச்சரவை ஏற்படுத்தியவுடன் முதலில் பலி கொடுத்தது தலித்துகள் நலனை. அப்போது எம்.சி. ராஜா பிரச்சினையைக் கிளப்பினார். அன்றிலிருந்து 'பிராமணரல்லாதார்' என்ற சொல் 'தமிழர்' என்ற சொல் ஏமாற்றுச் சொல்லாகவே பயன்படுத்தப்பட்டு வருகிறது. தமிழர் என்று சொன்னவுடன் எந்தத் தமிழர்களை என்று 'தலித்'துகள் கேட்கிறார்கள். ஏனெனில் தஞ்சாவூர் கிராமம் பற்றிய சமூகவியல் ஆய்வைச் செய்த ஆந்திரேபெடெய்ல் என்ற சமூகவியல் அறிஞர் எதிர்பார்த்து எழுதியதுபோல் பிராமணர்கள் கிராமங்களைவிட்டு வெளியேறிய பின் நடந்த போராட்டம், பிராமணரல்லாதாருக்கும்–தலித்துகளுக்கும் நடந்த போராட்டம். இந்தப் போராட்டம் ரத்த வெறி பிடித்த போராட்டமாக இருந்தது. கீழ் வெண்மணியில், விழுப்புரத்தில் புளியங்குடியில் நடந்த தலித்துக் கொலைகள், திராவிட பாரம்பரிய வெள்ளாளர்கள்ஆட்சியைப் பிடித்தபின் நடந்த கொலைகள். எனவே ஆரியர் என்று பிராமணர்களை அழைத்த இந்த திராவிடர்கள் வேறுயாருமல்ல; மத்தியக் காலத்

தொகுப்பு: எஸ்.வி. ராஜதுரை – வ.கீதா • 79

தமிழகத்தில் தமிழையும் தமிழிலக்கியங்களையும் சம்ஸ்கிருத கலாசாரத்துக்கு, பிராமணர்களுக்கு, அவர்களின் சடங்குகளுக்கு, அடகு வைத்த வெள்ளாளர்கள்தான். இங்கு சம்ஸ்கிருதம் என்ற மொழி வேறு, சம்ஸ்கிருத கலாசாரம் என்பது வேறு என்று பிரித்தறியத் தேவை இருப்பதை மறுக்கக்கூடாது.

யார் இந்த வேளாளர்கள்? சோழப் பேரரசு உருவாக ஆரம்பித்தபோது உழவர்களாக, நிலக்கிழார்களாக, நில உரிமை பெற்ற பிராமணரல்லாத மேல்சாதிகள். ஆம், இவர்கள்தான் வேளாளர்கள்; தமிழர்கள். சோழப் பேரரசு விரிவடைந்தபோது இந்த வேளாளர்கள் சமஸ்கிருதக் கலாசாரத்தோடு, பிராமணர்களோடு கூடிக் குலவினார்கள். ஐந்திணைக்குள் இருந்த தனியான தமிழ்க் கலாசாரத்தை – சமஸ்கிருதமயப்படுத்திய வேளாளர்கள்தான் சோழப் பேரரசின் முதுகெலும்பு. சுமார் 80 பிரம்மதேயக் கிராமங்கள் (அரசர்கள், பிராமணர்களுக்குத் தானமாகக் கொடுத்தவை) சோழப் பேரரசில் இருந்ததென்றால், வெள்ளாள பிராமணக்கூட்டு எப்படிப்பட்டது என்பதை நாம் அறியலாம். ஏனெனில், சோழப் பேரரசின் பொருளாதார அடித்தளம் வெள்ளாளர்களின் கையில்.

பதினெண்கீழ்க்கணக்கு நூல்களில் தெரியும் சமஸ்கிருதக் கலாசாரமும் காவியங்கள் மற்றும் பக்தி இலக்கியங்கள் என்று தமிழின் முக்கிய இலக்கியங்கள் எல்லாம் சங்க காலத்தைத் தவிர்த்து – சமஸ்கிருத, வெள்ளாளக் கூட்டையே தெளிவுபடுத்துகின்றன. இந்தக் காலத்தில் வெள்ளாளர்களின் நிலத்தில் உழைத்துவிட்டு, சேரிகளில் போய் வாழ்ந்த "தலித்"துகள் எப்படி வாழ்ந்தார்கள் தெரியுமா?

"பறையன் பேரில் அடிமைச் சாசனம் பண்ணிக் குடுத்தபடி யென்னுதான் பறையன் சந்தோசி மகன் ராயனைக் கொள்வார். கொள்ளுவார் யென்றுனான் முற்கூற…" இப்படியே போகும் இந்த அடிமை சாசன ஆள் ஓலை மத்தியக் காலத் தமிழகத்தைத் தெள்ளத் தெளிவாகக் காட்டுகிறது. "சமஸ்கிருத மொழி, சமஸ்கிருதப் பண்பாடு என்ற பிரச்சினையின் மூலவேர் இந்தியாவின் உற்பத்தி அமைப்புகளின் வளர்ச்சியாகும்" என்று கோசாம்பியை

மேற்கோள் காட்டுகிறவர்கள், நம் மத்தியக் காலத் தமிழும் அதே வேலையைச் செய்ததை மறைக்கிறார்கள். தமிழக மத்தியக் காலச் சரித்திரமும் தமிழ் மொழியும் வெள்ளாள பிராமணக் கூட்டு வெளிப்பாடுதான். பிராமண, வெள்ளாள கூட்டுதான் பக்தி இயக்கம். மெய்கண்டாரும் உமாபதி சிவாச்சாரியரும் இணைந்து சைவ சித்தாந்தத்தை வளர்க்கிறார்கள். தேவை யென்றால் இந்தத் தகவல்களை மிக விரிவாக எழுதிய Peasant State and Society in Mediaval South India என்ற நூலை யாரும் படித்துப் பார்க்கலாம். முதன் முதலில் 1982-இல் அறிமுகப்படுத்திய "படிகள்" என்ற சிறு பத்திரிகையில் பி.எஸ்.ஆர். கீழ்க்கண்டவாறு கூறுகிறார்.

"உழவர்களான வெள்ளாளர்களும் பிராமணர்களும் பரஸ்பர உறவு கொண்டிருந்தனர். இவர்களைப் பரஸ்பர உறவில் பிணைத்துள்ள சமூகப் பொருளாதார நிர்பந்தங்கள் யாவை? இருவரும் இணைந்து முயல வேண்டிய பொதுப் பிரச்சினைகள் யாவை? அதாவது உழவமைப்பு (Agrarian Order) விரிவடைவதும், கலாசாரம் சமஸ்கிருதமானதும் ஒன்றொடொன்று இணைந்தவைகளாக இருந்தது தெரிகிறது."

இதிலிருந்து என்ன தெரிகிறது. சங்க காலத்திற்குப்பின் தமிழக கலாசாரத்தில், தமிழ் மொழியில் சமஸ்கிருதக் கலாசாரம் இரண்டறப் பின்னிப் பிணைந்துவிட்டது என்பதுதான். இப்படியான கலவைக்கு முக்கியக் காரணம் பிராமண – வெள்ளாளக் கூட்டு.

இந்தக் கூட்டுத் தளர்ந்ததும் இரு சக்திகளும் தங்களுக்குள் பங்காளிச் சண்டை போட ஆரம்பித்ததும்தான் ஆரிய – திராவிடப் போராட்டம். மத்திய காலத்தில் ஆரியர்களாக இந்தப் பிராமணர்கள் தெரியவில்லை. ஏனெனில் சிலப்பதிகாரம் சொல்வதுபோல் "மறைவழி காட்டிட மாமுது பார்ப்பான்" வந்து நின்று இந்த வெள்ளாளர்களின் திருமணத்தை நடத்தி வைக்க வேண்டியிருந்தது. எனவே பிராமணர்கள் ஆரியர்களாக மாறியது சத்யா சொல்வதுபோல் 1916இல் ஒரு ஜாயிண்ட் ஸ்டாக் கம்பெனியாக "சௌத் இண்டியன் பீப்பிள்ஸ் அசோஸியேஷன்" அமைக்கப்பட்ட பிறகுதான்.

பிராமணர்கள் பற்றி, அவர்களின் குணம் பற்றி எழுதியவர்களில் அந்தக் காலத்தில் புகழ்பெற்ற ஒருவர் ஆபி டியுபா. ஆபி டியுபா யார் என்று கேட்டால் சி.என். அண்ணாதுரை எழுதிய 'ஆரியமாயை' என்ற நூல் பதில் தருகிறது. ஆரிய மாயையின் 9ஆம் பக்கத்தின் (பத்தாம் பதிப்பு 1969) ஒரு பகுதி இதோ:

"Avarice, Ambition, cunning, wily, Double tongued, servile, Insinuating, In-justice, Fraud, Dishonest Intrigue"

இனி, இந்த ஆங்கிலச் சொற்களுக்குத் தமிழில் என்ன பொருள் என்பதை அகராதியின் உதவி கொண்டு பாருங்கள். பிறகு நான் தீட்டிய போற்றிப் பாசுரம் சரியா, மிகைப்படுத்தினேனா, தவறா? என்பது பற்றி யோசியுங்கள்.

தோழர்களே! இத்தகைய பதங்களால் ஆரியரை அர்ச்சித்திருக்கிறார் ஆபி டியுபா என்னும் அறிஞர். இன்றல்ல நேற்றல்ல; டாக்டர் நாயரின் முரசு கேட்டல்ல. வகுப்புவாத நச்சரவு கடித்தல்ல. கண்ணாரக் கண்டதைக் கருத்தார உணர்ந்து நாவார உரைத்தார் 1807இல்.

Hindu manners, Customs and Ceremonies என்ற நூல் Abbe J.A. Dubois என்பவரால் 1907ஆம் ஆண்டு வெளியிடப்பட்டது. அதில் பார்ப்பனரை அவர் இவ்வண்ணம் அர்ச்சித்திருக்கிறார். ஆரிய இன இயல்பை மிகத் தெளிவாகத் தீட்டியிருக்கிறார்..."

இங்கு ஆரியர், பார்ப்பனர் என்ற சொற்கள் மாறி மாறிப் பயன்படுத்தப்படுவதைக் கவனிக்க வேண்டும்,

ஆபி டியுபா பிராமணர்கள் இப்படிப்பட்ட கெட்ட குணங்களைக் கொண்டவர்கள் என்று சொல்லும் அதே நேரத்தில் 'தலித்'துகளைப் பற்றிச் சொல்வதைப் பாருங்கள்!

"பறையர்கள் கள் குடிப்பவர்கள். அசுத்தமானவர்கள். மானம் பார்க்காதவர்கள். சண்டை போடுபவர்கள். பெண்டாட்டிகளை உதைப்பவர்கள். செத்த மாட்டைத் தின்பவர்கள். இவர்கள் வாழும் குடிசைகள் நோய்களின் பிறப்பிடங்கள். பறையர்கள் தொகை பெருகினால் நாட்டில் விரைவில் காட்டுமிராண்டித்

தனமே ஆட்சி புரியும்." (மேற்கோள் : ராஜ்கௌதமனின் 'தமிழக தலித்தும் தலித் இலக்கியமும்'– மேலும், காலாண்டிதழ், ஆகஸ்டு 1991) அண்ணாதுரை ஆபி டுயுபா இப்படித் தலித்துகளைப் பற்றி எழுதியதற்குக் கண்டனம் தெரிவிக்கவில்லை என்பது முக்கியம்.

ஆக மொத்தமாய் பிரச்சினை நமக்கு இப்போது தெளிவாகி யிருக்கிறது. கடந்த நூற்றாண்டுகளின் ஆரிய – திராவிடப் போராட்டம் உண்மையில் பிராமணர் – வெள்ளாளர்–– தலித் என்கிற முப்பரிமாணப் போராட்டமாகும். இதனை இரு பரிமாணப் போராட்டமாகப் பார்க்கிறவர்கள் 'தலித்' என்கிற ஒரு கூட்டம், மக்களே தமிழகத்தில் இல்லாததுபோல் பாவனை செய்யும் மோசடிக்காரர்களே. திராவிடப் பாரம்பரியத்தின் வெற்றி இந்த பாவனையை வெற்றிகரமாகச் செய்ததுதான். இதே பாவனையை இன்னும் மேற்கொள்கிறவர்களை என்னவென்று சொல்வது! Philology வேறு; மொழியியல் வேறு. Philology மொழியியல் வளராத கட்டத்தைக் குறிக்கும் சொல். பிறப்பு ஆராய்ச்சி மிகுந்த கவனத்துடன் செய்யப்பட வேண்டும். அல்லது 'ஆத்மா' என்பது அகத்து–மா (உள்ளத்தில் ஓடும் குதிரை) என்று ஒரு மார்க்சிய தனித் தமிழ்வாதி எழுதியது போல் ஹாஸ்யத் துணுக்குகளை உற்பத்தி செய்வதில்தான் முடியும். இதனைச் சரியாகவே சுட்டும் ராஜதுரை – கீதா அடுத்த அடி எடுத்து வைக்கும்போது நமக்குச் சற்று பிரமிப்பு ஏற்படுகிறது. இவர்கள் ஒருபடி மேலேபோய், சமூக.மொழியியல் அடிப்படையில் சமஸ்கிருதம் எவ்வாறு "பார்ப்பனியத்துக்குத் துணைபோகிறது என்பதைப் புரிந்து கொள்ள முடியும் என்றும் சமஸ்கிருதம் என்பது வெறும் மொழி மட்டுமன்று, அது சில மதிப்பீடுகளின் கொள்கலனும் ஆகும்" என்றும் கூறுகின்றனர்.

சமூக மொழியியல் என்பது சமூகப் பயன்பாட்டில் இருக்கும் எல்லா மொழிகளும் சமூக மதிப்பீடுகளின் கொள்கலனும் ஆகும் என்று விளக்கும் ஒரு மொழியியல் பிரிவு. தமிழகத்திலேயே இந்த மொழியியல் பிரிவு பற்றி நன்கு கற்ற நிபுணர்கள் பலர் இருக்கிறார்கள். இவ்விஷயம் பற்றி நூல்கள் எழுதப்பட்டுள்ளன. ஆய்வுகள் மேற்கொள்ளப்பட்டிருக்கின்றன. ஆனால் ராஜதுரை

– கீதா எப்படி சத்யா கட்டுரையைப் படித்துத் திக்குமுக்காடிப் போனார்களோ, அதேபோல் சமூக மொழிமியல் நிபுணர்கள், இவ்விருவரும் “சமூக மொழியியல் அடிப்படையில் சம்ஸ்கிருதம் பார்ப்பனியத்துக்குத் துணைபோகிறதை” விளக்க முடியும் என்று சொல்வதையும் பார்த்துத் திக்குமுக்காடிப் போவார்கள், ‘சமூக மொழியியல்’ என்னும் நூல் எழுதிய கருணாகரன் என்கிற பேராசிரியர் தமிழ் மொழி – பிராமண மொழி, பிராமணரல்லாதார் மொழி, ஹரிஜன மொழி என்று மூன்று பரிமாணங்களில் இயங்குவதைச் சுட்டுகிறார். அவர் பிராமணர் பேசும் தமிழிலும் பார்ப்பனியம் இருப்பதைக் கண்டிருக்க வேண்டுமே. ஆனால் அப்படி ஏதும் இல்லை. பார்ப்பனியத்துக்கு இலக்கணம் சொன்ன அண்ணாதுரையவர்கள் முதலியாரிடமும், நாயுடுகளிடமும், நாடார்கள் போன்ற சாதியினரிடமும்கூட பார்ப்பனியம் இருக்கும் என்றும் கூறியுள்ளதால், அவர்கள் பயன்படுத்தும் மொழிகளிலும் பார்ப்பனியம் இருக்க வேண்டுமே. அதாவது சமூக மொழியியலின் நோக்கம் பார்ப்பனியம் பற்றிக் கண்டுபிடிப்பதல்ல. அப்படி அது பார்ப்பனியத்தைக் கண்டுபிடிக்கிறதென்றால் முதலியாரியம், நாயுடியம், நாடாரியம் என்றெல்லாம் கண்டுபிடிக்கிறதென்றுதான் கூற வேண்டும்.

இங்கு நான் வலியுறுத்த விரும்புவது சமூகவியல் துறையும் மொழி யியல் துறையும் பிராமணப் பிரிவு தனியான பிரிவு என்றும் அடுத்ததாக வரும் மேலும் சாதி பிராமணரல்லாதார் பிரிவு (வெள்ளாளர்) தனிப்பிரிவு என்றும் மூன்றாவது தலித் பிரிவு (பஞ்சமர்) வேறொரு தனிப் பிரிவு என்றும் கூறுவதைத்தான். இதில் பிராமணர் மற்றும் பிராமணரல்லாதார் போராட்டம் ஒரு கட்டம். வரலாற்றுத் தேவை. ஆனால் தலித் போராட்டத்தை மறைக்கக்கூடாது. அப்படி ஒரு பிரிவினர் இருப்பதையும் அவர்கள் நடத்தும் போராட்டம் தொடர்ந்து நடந்து கொண்டிருப்பதையும் மறைப்பது வரலாற்றைக் கரிபூசி மறைக்கும் காரியமாகும். அதுபோல் தமிழகத்தில் இனி நடக்கப்போகும் போராட்டம் பிராமணர், பிராமணரல்லாதார் போராட்டமாக இருக்காது; உயர் சாதி பிராமணரல்லாதாருக்கும். தலித்துகளை உள்ளிட்ட எல்லா சாதி முற்போக்காளர்களுக்குமாக இருக்கும்.

தமிழக வரலாறும் சமூக மொழியியலும் தலித் பிரிவைப் பற்றித் தகவல்கள் தருகின்றன. ஆனால் இன்றைய தமிழ் சமூகப் போராட்ட வரலாற்றைச் சர்ச்சிப்பவர்கள் 'தலித்' பிரிவைக் கண்டுகொள்ளாமல் இன்னும் பிராமணர்களுக்கும் பிராமணரல்லாதாருக்கும் மட்டுமே அதாவது ஆரியர்களுக்கும் திராவிடர்களுக்கும் மட்டுமே முரண்பாடு இருக்கிறதென்று வாதிடும்போது, இவர்களை நாம் புரிந்துகொள்ள முடிகிறது.

இறுதியாக ஒரு விஷயம், சாதிகள் மற்றும் மொழிகள் வழியாக: வெளிப்படும் சமூக முரண்பாட்டை ஆராய்பவர்கள் மேலும் இரு சாதிகள் அல்லது மொழிகளில் ஏதோ ஒன்றுக்கு வக்காலத்து வாங்காமல்தான் மூன்றாவது ஆளாக நிற்க வேண்டும். அப்போது இரு சக்திகள்தாம் மோதுகின்றனவா, இன்னொரு சக்தியும் களத்தில் உள்ளதா என்று தெரியும். ஆனால் ராஜதுரை–கீதா அப்படிப் பார்க்கவில்லை. அதனால் கோசாம்பியின் நூலைப் பக்கம் பக்கமாகப் புரட்டி சம்ஸ்கிருதம் என்னும் மொழியைக் குறைசொல்லும் தம் நோக்கத்தை நிறைவேற்றுகிறார்கள். இந்த மொழி வெறுப்பு மரபு நம்மிடம் இருப்பதுதான் "தமிழை உயிரென ஓம்பு, பிறமொழிகளோ வெறும் வேம்பு" என்கிற கவிவரியை இவர்கள் நல்ல பிள்ளைகளாக ஏற்றுள்ளார்கள். சமஸ்கிருதத்தில் புரோகிதமும் உண்டு, உயரிய நாஸ்திகச் சிந்தனையும் உண்டு. தமிழிலும் அப்படியே: உயரியதும் உண்டு, பிற மதங்களைத் தாக்கும் வெறியைப் பரப்பும் நூல்களும் உண்டு. தமிழில் இந்தப் பிறமொழி வெறுப்பு மரபு இருப்பதால்தான் ஒரு காலத்தில் தமிழ் முதுகலை வகுப்புகளோடு இணைந்திருந்த சமஸ்கிருதப் படிப்பு நிறுத்தப்பட்டது. அதன் விளைவால் தமிழ் உயர் ஆய்வு குறைபட்டுள்ளது என்பது ஓர் உண்மை.

மொழி வெறுப்பின்மை, ஒரு பக்கம் சாயாமை போன்ற நிலைபாடுகளின் மூலம் நாம் எந்தப் பிரச்சினையையும் நோக்க வேண்டும். அதுதான் ஒரு சூழலைச் சரியானபடி அணுக உதவி புரியும். அப்படி அணுகுகையில் பிராமணர் – பிராமணரல்லாதார் பிரச்சினையில் தலித் பிரச்சினையும் அடங்கியிருப்பதை அறியலாம்.

தினமணி (தமிழ்மணி), பிப்ரவரி 8, 1992

ஆரியர், திராவிடர், தலித் போராட்டம்...*

எஸ்.வி. ராஜதுரை, வ. கீதா

'இது ஆரியர்–திராவிடர், தலித் போராட்டம்...' (தமிழ்மணி – 8-2-92) என்னும் தமிழவன் கட்டுரை பற்றி...¨

முதலாவதாக எங்கள் கட்டுரை, சத்யா கூறியிருந்த விஷயங்களுக்கான எதிர்வினை (Response) மட்டுமே என்பதையும் பார்ப்பனரல்லாதோர் இயக்கம், தலித் பிரச்சினை பற்றிய ஆய்வுகள் அக்கட்டுரையின் எல்லைகளுக்கு அப்பாற்பட்டவை என்பதையும் தமிழவன் வேண்டுமென்றே புறக்கணித்துள்ளார். அதுமட்டுமல்ல; ஆரிய–திராவிடப் பட்டிமன்றத்திற்குள் சிக்கிக் கொண்டுள்ளவர்களாகவும் திராவிட மாயையால் பாதிக்கப்பட்டுள்ளவர்களாகவும் எங்களைச் சித்திரித்துள்ளார். நாங்கள் கூறியிருந்தது என்ன? "சமஸ்கிருதமும் ஆரியர்களும் இந்தியாவிலுள்ள பிறமொழிகள் மீதும் அவற்றைப் பேசியவர்கள் மீதும் தாக்கம் ஏற்படுத்தியதைப்போல, பிறமொழிகளும் அவற்றைப் பேசியவர்களும் ஆரியர்கள் மீது தாக்கம் ஏற்படுத்தினர்; இன, மொழி, பண்பாட்டுக் கலப்புகள் ஏற்பட்டன என்ற

கோஸாம்பியின் கருத்தோடு எங்களுக்கும் உடன்பாடு உண்டு"; மேலும், "பார்ப்பனர்கள் ஆரியர்களா, திராவிடர்களா என்பதில் எங்களுக்கு அக்கறை இல்லை". இக்கூற்றுகளில் எங்கே இருக்கிறது திராவிட மாயை?

நமது பண்பாடு என்பது கூட்டுப் பண்பாடு (Composite Culture) என்று பேசும்பொழுது அதனை உருவாக்கிய பல்வேறு கூறுகளையும் நாம் அங்கீகரிக்க வேண்டும். அவ்வாறு செய்யாமல் சமஸ்கிருதத்தின், ஆரியர்களின் பங்கை மட்டுமே ஒருதலைச்சார்பாக வலியுறுத்தி அவைதான் இந்தக் கூட்டுப் பண்பாட்டின் ஊற்றுக் கண் என்று வாதாடிய சத்யாவிடம்தான் ஏதோ ஒரு மாயை உள்ளதேயன்றி எங்களிடம் இல்லை,

இரண்டாவதாக, திராவிட மாயை அல்லது 'திராவிடம்' என்ற கட்டுக்கதை பற்றி மட்டும் பேசிய சத்யாவிற்குப் பதில் சொல்லும் முகத்தான் 'ஆரியம்' என்பதும் ஒரு கட்டுக்கதைதான் என்பதையும் இரண்டுமே குறிப்பிட்ட வரலாற்றுக் கட்டத்தில் குறிப்பிட்ட சமூகப் பிரிவினரால் முன்வைக்கப்பட்டன என்பதையும் இந்தக் கட்டுக்கதைகளாக "மேற்பரப்புக்குத் தோன்றக்கூடியவற்றில் ஊடுருவி அவற்றின் சாரத்தைக் கண்டறிவதுதான்" அறிஞர்கள் பணி என்று கூறியிருந்தோம். திராவிடம் என்பது மாயை, கட்டுக்கதை, பார்ப்பனர், பார்ப்பனரல்லாதோர்... என்ற பிரிவினை வெள்ளைக்காரனின் சூழ்ச்சி என்று கூறிய சத்யாவும்கூட நீதிக் கட்சிக்கும் ஒரு – 'நீதி' இருந்தது என்றல்லவா எழுதிவிட்டார்?" என்று கூறினோம். தமிழவன் கூட "பிராமணர், பிராமணரல்லாதோர் போராட்டம் ஒரு கட்டம். வரலாற்றுத் தேவை" என்று இப்போது எழுதியுள்ளார். அந்த அளவிற்கு மேல் நாங்களும் போகவில்லை. அப்படியிருக்க எங்கள் கருத்தைத் திரித்துக்கூற என்ன காரணம்?

சம்ஸ்கிருதம் பற்றிய எங்களது சமூக மொழியியல் பார்வை தன்னைப் போன்றவர்களைத் திக்குமுக்காடச் செய்து விட்டதாக 'எகத்தாளம்' செய்கிறார் தமிழவன். இந்தச் சமூக மொழியியல் ஆய்வு எங்களுடையது என்று நாங்கள் உரிமை கொண்டாடவில்லை. கோஸாம்பியின் ஆய்வுகளைத்தான் சில

இடங்களில் சுருக்கமாகவும் வேறு சில இடங்களில் சொல்லுக்குச் சொல் தமிழாக்கம் செய்தும் கொடுத்திருந்தோம். எனவே தமிழவன் போன்ற சமூக மொழியியல் அறிஞர்களை கோஸாம்பி திக்குமுக்காடச் செய்திருந்தால் நாங்கள் என்ன செய்ய முடியும்? மேலும், கோஸாம்பி சம்ஸ்கிருத மொழி பற்றிச் சொல்லியுள்ள கருத்துகள் மீதல்லவா தமிழவன் தன் விமர்சனத்தை வைத்திருக்க வேண்டும், கலைஞர்கள், கொத்தனார்கள் மட்டுமன்றி, "கருமான், குயவன், தச்சன், நெசவாளி, உழவன் ஆகியோருக்கு எந்த வகையிலும் பயன்படக்கூடிய சம்ஸ்கிருத நூல் ஏதும் இல்லை" என்கிறார் கோஸாம்பி. பொருளுற்பத்திக்கான உடல் உழைப்பில் ஈடுபட்டுள்ள மக்கள்தானே தலித்துகள். அவர்களுக்குப் பயன்படக்கூடிய அல்லது அவர்களது சமூக, பொருளாதார, பண்பாட்டு ஒடுக்குமுறையை நீக்குவதற்குப் பயன்படக்கூடிய சம்ஸ்கிருத நூல் இதோ என் கைவசம் இருக்கிறது என்று அதனை வழங்க (தலித்துகளுக்கு சம்ஸ்கிருதம் தெரியாததால் அதனைத் தமிழில் மொழிபெயர்த்து வழங்க) தமிழவன் முன்வருவாரா?

[கோஸாம்பியின் நூலிருந்து நாங்கள் மேற்கோள்காட்டி யிருந்த வரிகள் இவை: "சமஸ்கிருத மொழி, சமஸ்கிருதப் பண்பாடு என்ற பிரச்சனையின் மூலவேர் இந்தியாவின் உற்பத்தி அமைப்புகளின் வளர்ச்சியாகும்; குறிப்பாகப் பார்ப்பனச் சாதிக்கு ஒரு தனிச் சிறப்பான இடம் ஏற்பட்டமையாகும்." இவற்றைத் தன் கட்டுரையில் திரும்பவும் மேற்கோள் காட்டும் தமிழவன் கடைசி வாக்கியத்தை மிக சௌகரியமாக நீக்கிவிட்டார்! இப்படிச் செய்தபிறகு, சமஸ்கிருதம் பார்ப்பனியத்திற்கு எவ்வாறு துணைபோயிற்று என்பதை விரிவாக விளக்கும் கோஸாம்பியின் கருத்துகளுக்குப் பதில் சொல்லாமலும் (அவற்றை எங்களுக்கு ஏற்றிச் சொல்லியும்) நழுவி விடுவதோடு, விவாதத்தைத் திசை திருப்பிவிடவும் செய்கிறார். தமிழ் மொழி மீது பாய்கிறார். சம்ஸ்கிருதத்தின் உள்ளார்ந்த கருத்துமுதல்வாதத் தன்மை, ஜனநாயகமற்ற தன்மை பற்றிய கோஸாம்பியின் விமர்சனத்தை அவர் மூடி மறைக்க முயல்கிறார்.

பேராசிரியர் கருணாகரனை மேற்கோள் காட்டி தமிழ்மொழி, பிராமணமொழி, பிராமணல்லாதோர் மொழி, ஹரிஜன மொழி என்ற மூன்று பரிமாணங்களில் இயங்குவதாகக் கூறுகிறார். நாங்கள் மறுக்கவில்லை. ஆனால் இந்த மூன்று பரிமாணங்களுக்கிடையே சீனப் பெரும் மதில் ஏதும் இல்லை. ஒன்றுக்கொன்று சற்று வித்தியாசப்பட்ட தமிழை சம்பந்தப்பட்ட மூன்று பிரிவினரும் புரிந்து கொள்ள முடியும். ஒருவர் பேசுவது மற்றவருக்குப் புரியும். வட்டாரரீதியாக வேறுபடுகிற தமிழையும்கூட புரிந்து கொள்வது கடினமான காரியமல்ல. தமிழ்மொழியை ஜனநாயகத்தன்மையுடையதாக்கவும் செய்ய முடியும்... வட்டார, சாதி. வேறுபாடுகளைக் கடந்த ஒரே சீரான தமிழை (Standarised Tamil) உருவாக்கி அதனைக் கொண்டு தகவல் தொடர்புகளைச் செய்யமுடியும்.

ஆனால் சூத்திரர்களுக்கென்று ஒரு சமஸ்கிருதம், பஞ் சமர்களுக்கென்று ஒரு சமஸ்கிருதம் இருந்ததா, இருக்கிறதா? பார்ப்பனர்களும்கூட சமஸ்கிருதத்தை 'ஓத'த்தான் செய்கிறார்களேயன்றி அதில் பேசுகிறார்களா? வீட்டிற்குள் பேசுகிறார்களா? வெளியில் தமக்கிடையே அதைப் பயன்படுத்துகிறார்களா? சமஸ்கிருத நாடகங்களில்கூட பார்ப்பன, சத்திரியப் பாத்திரங்கள் சமஸ்கிருதத்திலும் கீழ்ச்சாதியைச் சேர்ந்த பாத்திரங்கள் பிராகிருதத்திலும்தானே பேசுகின்றனர். தமிழ்க்காப்பியங்களில் அப்படி வேறுபாடுகள் உண்டா என்பது எங்களுக்குத் தெரியவில்லை.

"சமஸ்கிருதத்தில் புரோகிதமும் உண்டு, உயரிய நாஸ்திகச் சிந்தனையும் உண்டு" என்கிறார் தமிழவன். இத்தகைய வாதத்திற்கு நாங்கள் ஏற்கெனவே பதில் கூறியிருக்கிறோம். "புத்தரும் ஆரிய குமாரர்தான். சமஸ்கிருதத்தில் புத்த, சமண இலக்கியங்களும் கூட இருக்கின்றன?" என்ற சத்யாவின் கூற்றுக்குப் பதிலாக நாங்கள் கூறியிருந்தவற்றில் சில: "புத்தரும் மகாவீரரும் ஆரிய குமாரர்கள் என்று கூறும் சத்யா, அவர்கள் ஏன் பிராமணிய , வைதிகமதத்தை எதிர்த்தார்கள் என்பதைக் கூறுவதில்லை? பார்ப்பனர்கள் தூக்கிப் பிடித்துக் கொண்டிருப்பது சமஸ்கிருதத்தில் உள்ள பௌத்த,

சமண இலக்கியங்களையா? இல்லை. மனுஸ்மிருதியையும் மகாபாரதத்தையும் தர்ம சாஸ்திரங்களையும்தானே?" இப்போது நாங்கள் கேட்கிறோம்: தமிழவன் கூறும் "சமஸ்கிருதத்தில் உள்ள நாஸ்திகத்தை"எப்போதாவது பார்ப்பனர்கள் தமிழ் மக்களுக்கு எடுத்துச் சொல்லியது உண்டா? மேலும், சமஸ்கிருதத்தில் உள்ள நாஸ்திகம் மேட்டுக்குடியினருக்கிடையே நிலவிய நாத்திகவாதம்தானே. பாமரர்களுக்கு எட்டிய நாத்திகமல்லவே. பெரியார் போன்றவர்கள் மக்கள் பேசும் மொழியில் எடுத்துரைத்த நாத்திகம் போன்றதல்லவே. சம்ஸ்கிருதத்தில் உள்ள நாத்திகமோ ஆத்திகமோ எதுவுமே சாமானியர்களுக்கு எட்டியதில்லையே.

ஆரியம் – திராவிடம் என்ற "எரிந்த கட்சி எரியாத கட்சி ஆட்டம் ஆடுபவர்களாக" எங்களைச் சித்திரிக்க முயலும் தமிழவன், மொழி வெறுப்பு உடையவர்களாகவும் குற்றம் சாட்டுகிறார். சமஸ்கிருதம் படிக்காதவர்களை – குறிப்பாகத் தமிழறிஞர்களையும் தமிழாசிரியர்களையும் (தமிழவன் உள்பட) – மட்டம் தட்டிப் பேசிய சத்யாவிற்கு, எதற்கெடுத்தாலும் 'கோஸாம்பி, கோஸாம்பி' என்று கூறியவருக்குப் பதில் சொல்லும் வகையில், சமஸ்கிருதம் பற்றிய கோஸாம்பியின் கருத்துகளைக் கூறினோம் (கோஸாம்பியின் கருத்துகளை மறுப்பதுதான் தமிழவன் செய்திருக்க வேண்டிய நியாயமான காரியம்) . முடிவாக நாங்கள் கூறியிருந்தோம்:

"இத்தகையதொரு மொழியை இந்தியாவில் பண்பாட்டு வளர்ச்சியின் வரலாற்றை ஆய்வு செய்பவர்கள் புறக்கணித்து விட முடியாது என்பதையும், அவர்களுக்கு அம் மொழி– அறிவும் புலமையும் கட்டாயம் தேவை என்பதையும் நாம் மறுக்கவியலாது. ஆனால் எல்லோருமே கோஸாம்பியைப் போல ஆராய்ச்சி அறிஞர்களாக மாறிவிட முடியாது. மாற வேண்டிய தேவையுமில்லை. அதேபோலத் தமிழறிஞராவதற்கான தகுதியைப் பெற சம்ஸ்கிருதப் பாடம் என்ற சுமையைத் தூக்கிக்கொண்டு திரிய வேண்டியதில்லை. (சம்ஸ்கிருதம் மட்டுமல்ல; இன்னும் எத்தனையோ மொழிகளைக் கற்பதும் தமது அறிவின் எல்லையை விரிவுபடுத்தும்). இந்தியப் பண்பாட்டு வளர்ச்சியின் வரலாற்றைப் புரிந்துகொள்வதற்கு சமஸ்கிருதத்தைக் கற்றல் என்பதன் பொருள்

அதைப் "புரோகித மொழி", "தெய்வீக மொழி" என்ற நிலையிலிருந்து அகற்றி ஒரு பண்பாட்டு மொழி என்ற நிலைக்குக் கொண்டு வருவதாகும். உயிருள்ள பேச்சு மொழிகளாக உள்ள எல்லா இந்திய மக்கள் மொழிகளுமே பேச்சுவழக்கற்ற, நடைமுறை வாழ்வுக்குப் பயனற்ற ஒரு மொழியைவிட உயர்ந்தவை என்பதை ஏற்றுக்கொள்வதாகும்". இதில் எங்கே இருக்கிறது 'ஓம்பு–வேம்பு' 'விவகாரம்'? ஒரு மொழியின் சித்தாந்தரீதியான IIdeological) பயன்பாட்டையும் அதன் வர்க்க – சாதியத் தன்மையையும் மட்டும்தானே விமர்சித்திருக்கிறோம்.

[தமிழ் உயர் ஆய்வு குறைபட்டுப் போனதை நீக்குவதற்கு தமிழவன் சமஸ்கிருதம் கற்று அதில் புலமைபெறுவதை நாங்கள் எதிர்க்கவில்லையே!]

"ஒரு காலத்தில் தமிழ் முதுகலை வகுப்புகளோடு இணைந்திருந்த சமஸ்கிருதப் படிப்பு நிறுத்தப்பட்டது. அதன் விளைவால் தமிழ் உயர் ஆய்வு குறைபட்டுள்ளது" என்பது ஓர் உண்மை[1] தமிழவனுக்குத் தெரியாத அல்லது அவர் மூடிமறைக்கிற மற்றொரு உண்மையான உண்மை எது? தமிழ்நாட்டில் பல்கலைக் கழகத்தில் முதுகலை (அன்று "ஹானர்ஸ்") வகுப்பில் தமிழைத் தனிப்பாடமாகப் படிக்கவே முடியாத நிலைதான் இருந்தது. உருது, பாரசீகம், அரபு, சம்ஸ்கிருதம் ஆகியவற்றைத் தனிப்பாடமாக எடுத்து ஹானர்ஸ் பட்டப் படிப்புப் படிக்கலாம். ஆனால் தமிழைத் தனிப் பாடமாகப் படிக்க முடியாது. அப்படிப் படிக்க விரும்பினால் சம்ஸ்கிருதத்தையும் சேர்த்துப் படிக்க வேண்டும். "இண்டர்மீடியட்" என்று சொல்லப்பட்ட இடைநிலை வகுப்பிலும் தமிழை விருப்பப்பாடமாகப் படிக்க முடியாது. தமிழர்கள் வாழும் தமிழ்நாட்டில்தான் இந்தக் கொடுமை இருந்தது. ஹானர்ஸ் வகுப்பில் தமிழைத் தனிப்பாடமாகவும் இடைநிலை வகுப்பில் விருப்பப் பாடமாகவும் ஆக்குவதற்கு அன்று பார்ப்பனர்களின் முழுக் கட்டுப்பாட்டில் இருந்த பல்கலைக்கழக செனட் காட்டிய எதிர்ப்பு பற்றியும் அதற்கெதிராகத் தமிழ்நாடு முழுவதிலிருந்தும்

---

* 'குறைபட்டுள்ளது' என்ற சொல்லுக்குப் பின் வரும் மேற்கோள் குறி 'ஓர் உண்மை' என்ற சொற்களுக்குப் பின் வந்திருக்க வேண்டும். "ஒரு காலத்தில்... ஓர் உண்மை" என்ற வாக்கியம் தமிழவனுக்குரியது.

தமிழறிஞர்களும் தமிழ்ச் சங்கங்களும் நடத்திய போராட்டம் பற்றியும் காலஞ்சென்ற அறிஞர் முனைவர். நம்பி ஆரூரான் விரிவாக எழுதியுள்ளார்... (Tamil Renaissance and Dravidian Nationalism, 1905-1944. Koodal Publishers, Madurai 625 001, PP 70-139.) நம்பி ஆரூரான் திராவிட இயக்கத்தை சேர்ந்தவர் அல்லர்.

> *[எனவே மொழி வெறுப்பு – தமிழ் மொழி வெறுப்பு – யாருக்கு இருந்தது என்பதை மூடிமறைத்த தமிழவன் தான் விருப்பு வெறுப்பில்லாத நடுநிலையாளராகத் தன்னைக் காட்டிக் கொள்கிறார்!]*

தலித்துகளைப் புறக்கணிப்பவர்களாகவும் வேளாளர் ஆதரவாளர்களாகவும் எங்களையும் தலித் ஆதரவாளராகத் தன்னையும் சித்திரிக்கிறார் அவர்.

இந்திரா பார்த்தசாரதியின் "பார்வைக் கோளாறுகள்" கட்டுரைக்கு நாங்கள் எழுதிய பதிலில் (தினமணி 8–1–92) தலித் இலக்கியம் பற்றி உயர்வாகப் பேசியுள்ளதையும் வைணவக் கோயில்களில் அரையராட்டம் ஆடுவதற்குப் பள்ளர்கள் அனுமதிக்கப்படுவார்களா, மியூசிக் அகாதமியின் இசை விழாவின் போது தெருக்கூத்து, சிக்காட்டம் போன்றவற்றை நிகழ்த்துவார்களா என்ற கேள்விகளை எழுப்பியுள்ளதையும் ஏனோ மறந்துவிட்டார் தமிழவன். எங்களுக்குப் பதில் சொன்ன சத்யா, தெருக்கூத்து போன்றவற்றைச் சினிமா நடிகைகளின் டிஸ்கோவுடன் ஒப்பிட்டும் அவை இரைச்சல் மிகுந்தவை என்று வர்ணித்தும் இருந்ததைக் கண்டு (தினமணி 23–1–92) தமிழவனுக்கு ஏனோ கோபம் வரவில்லை.

சத்யாவுக்கு எழுதிய "பதிலில் நாங்கள் எழுதியிருந்தவற்றைத் தமிழவனுக்கு நினைவூட்ட விரும்புகிறோம்: "அறிவு" என்ற விஷயம் பற்றிப் பேசுகையில் மகாபாரதம், பாணினி, கம்பர், பக்தி இலக்கியம் என்பதை மட்டுமே கவனத்தில் கொள்ளாமல் இவை அனைத்தையும் கைகூடிவரச் செய்வதற்கு இன்றியமையாத அடிப்படையான பொருள்வகைச் செல்வங்களை உற்பத்தி செய்யும் உழவர்கள், கொல்லர்கள், கருமான்கள், கொத்தனார்கள், ஆலைத் தொழிலாளிகள் ஆகியோரிடம் மண்டிக் கிடக்கும் அறிவையும்

"அறிவாக' ஏற்றுக் கொள்ள வேண்டும்." இத்தகைய அறிவு சூத்திரர்களிடமும் தலித்துகளிடமும்தான் உள்ளது என்பதைச் சொல்லத் தேவையில்லை. எந்த வேளாளப் பண்பாட்டை நாங்கள் தூக்கிப் பிடித்துள்ளோம்?

"தமிழர் என்ற சொல்லையே தலித்துகள் ஏற்றுக்கொள்வதில்லை என்ற கருத்தை உருவாக்கப் பார்க்கிறார் தமிழவன். பார்ப்பனரல்லாதோரிடையே உள்ள முரண்பாடுகள், தமிழ் மக்களிடையே உள்ள உள்முரண்பாடுகள் ஆகும். பார்ப்பனரல்லாத உயர் சாதியினரும் இடைச் சாதியினரும் தலித்துகள் மீது இழைக்கும் ஒடுக்குமுறையை நாங்கள் மறுக்கவில்லை. ஆனால் அதையும் மீறி, 'தமிழர்' என்ற அடையாளத்தைத் தலித்துகள் தக்க வைத்துக் கொள்ளத்தான் செய்கின்றனர். தமிழ்நாட்டின் பண்பாட்டு, நாகரிக வளர்ச்சிக்கான பொருள்வகைச் செல்வங்களைப் படைக்கும் அவர்கள்தானே உண்மையான தமிழர்கள். இந்த நூற்றாண்டின் துவக்கத்தில் மாபெரும் தலித் சிந்தனையாளராகவும் பௌத்த சமய அறிஞராகவும் விளங்கிய அயோத்திதாஸ் பண்டிதர் தாம் நடத்திய பத்திரிகைக்கு "ஒரு பைசா தமிழன்" என்று பெயரிட்டார். அன்னாரது மறைவுக்குப் பின் அதனைக் கோலாரிலிருந்து அவரது அன்புச் சீடர் ஜி. அய்யாதுரையார் 'தமிழன்' என்ற பெயரில் நடத்தி வந்தார். காவேரி நீர் பங்கீட்டுப் பிரச்சினையில் கர்நாடகத்திலுள்ள தலித் சங்கர்ஷ சமிதியினர். (தலித் போராட்ட இயக்கம்) கன்னடியர்களாகவே தம்மை முன்னிறுத்தி, கர்நாடகத்தின் உரிமையை வலியுறுத்தினர். தஞ்சைப் பகுதித் தலித்துகளோ தம்மைத் தமிழர்களாகவே முன்னிறுத்தித் தமிழகத்தின் உரிமைக்காகப் போராடினர்.

"நீதிக் கட்சிக்கும் திராவிட இயக்கத்திற்கும். வால்பிடிப்பவர்கள்", "*திராவிட நீரோட்டத்தில் கரைந்துவிட அவசரம் காட்டுபவர்கள்" என்ற குற்றச்சாட்டுக்கு இலக்காகக் கூடிய அபாயத்தையும் கருத்தில் கொண்டு, நாங்கள் தமிழவன் மூடிமறைத்த சில வரலாற்றுச் செய்திகளை இங்குச் சுட்டிக் காட்ட விரும்புகிறோம். மான்டெகுவிடம் அதிகாரப்பிச்சை கேட்டு பிட்டி தியாகராயர் தந்தி கொடுத்தார் என்று தமிழவன் கூறுகிறார். ஆனால்

முழுப்பிச்சையையும் தங்களுக்கே போட வேண்டும் என்று கேட்டு லண்டனுக்குப் போன பார்ப்பனர்களைப் பற்றி அவர் மௌனம் சாதிக்கிறார். தாழ்த்தப்பட்ட மக்களுக்கும் அதிகாரம் வேண்டும் என்று வெள்ளையரிடம் வாதாடச் சென்ற அம்பேத்கர், இரட்டை மலை சீனிவாசன் ஆகியோரைப் பிச்சைக்காரர்கள் என்றும் ஆங்கிலேய அடிவருடிகள் என்றும் தமிழவன் கூறுவாரா?

பார்ப்பனரல்லாதவர்களுக்கான அதிகாரப் பிச்சை கேட்டவர்கள் நீதிக் கட்சிக்காரர்கள் மட்டுமல்ல, கேசவபிள்ளை, திரு.வி.க., சர்க்கரைச்செட்டி போன்ற காங்கிரஸ்காரர்களும் தொழிற்சங்கவாதிகளும்தான். கடைசியில் என்ன நடந்தது?

வெள்ளைக்காரர்களிடமும் பார்ப்பனர்களிடமும் அவர்கள் தோற்றுப் போயினர். இந்த அதிகாரப் பிச்சை கேட்டவர்களெல் லாம் உயர் சாதி வெள்ளாளர்களும் நிலப்பிரபுக்களும் தான் என்ற தமிழவனின் கூற்றை ஒரு வாதத்துக்காக ஒப்புக்கொள்வோம். இப்படிச் சக்திவாய்ந்த மேட்டுக்குடியினரே பார்ப்பனர்களிடம் தோற்றுப்போனபோது அவர்களுக்குக் கீழே உள்ள பிற்படுத்தப்பட்ட சாதியினர், தலித்துகள் எப்படி வென்றிருக்க முடிந்திருக்கும் / முடியும்?

எம்.சி. ராஜாவிற்கும் நீதிக் கட்சித் தலைவர்களுக்குமிடையே அதிகாரப்பகிர்வு பற்றி ஏற்பட்ட முரண்பாட்டைத் தமிழவன் சுட்டிக் காட்டுகிறார். இதோடு வேறொன்றையும் சுட்டிக் காட்டியிருக்க வேண்டும். 1921இல் நடந்த பின்னி ஆலை வேலை நிறுத்தத்தின் போது எம்.சி. ராஜாவுக்கும் நீதிக் கட்சித்தலைவர்கள் சிலருக்கும் இடையே மட்டுமல்ல; அவருக்கும் திரு.வி.க., சர்க்கரைச்செட்டி போன்ற காங்கிரஸ் தொழிற்சங்கத் தலைவர்களுக்குமிடையேயும் கடும் முரண்பாடு ஏற்பட்டது. அந்தப் பிரச்சினை வெளிப்படுத்தியது பார்ப்பனரல்லாதோர் இயக்கத்திலிருந்த முரண்பாடுகளையும் அதன் வரம்புகளையும் மட்டுமல்ல, ஒடுக்கப்பட்ட சாதிகளுக்கும் சுரண்டப்பட்ட வர்க்கத்துக்குமிடையே ஏற்பட்ட, அன்று யாராலுமே தீர்த்து வைத்திருக்க முடியாத ஒரு முரண்பாட்டையும்தான். இன்றும் கூட இத்தகைய பிரச்சினைகள் நாடெங்கும் எழுகின்றன. இவற்றை

அன்று ஆங்கிலேயர் செய்ததைப்போல், இன்று இந்திய ஆளும் வர்க்கங்கள் தமக்குச் சாதகமாகப் பயன்படுத்துவதால், அவை மேலும் சிக்கலானவையாகின்றன. பின்னி வேலை நிறுத்தத்தின் போது நீதிக்கட்சித் தலைவர்கள் சிலர் வேலை நிறுத்தத்தில் கலந்து கொள்ளாத ஆதிதிராவிடத் தொழிலாளிகள் விஷயத்தில் பாரபட்சமாக நடந்து கொண்டதாக எம்.சி. ராஜா கூறினார். அவரது குற்றச் சாட்டில் நியாயம் இருந்தது. அதேசமயம் நீதிக் கட்சித்தலைவர்களில் ஒருவரான டி. சுந்தர் ராவ் நாயுடு பாதிக்கப்பட்ட ஆதிதிராவிட மக்களுக்காக இரவும் பகலும் உழைத்தார் என்பதைத் தலித் அறிஞர் முருகேச பாகவதர் "மதுர கவிஞர்' என்ற ஏட்டில் செப்டம்பர் 1972இல் எடுத்துரைத்துள்ளார். தலித் மக்களோடு அவர் இரண்டறக் கலந்ததால் அவரைப் பிற கட்சியினரும் உயர் சாதியினரும் பறை நாயுடு" என்றழைத்தனர். 1921–29இல் நீதிக் கட்சித் தலைவர்களுடன் முரண்பட்ட எம்.சி. ராஜா, பின்னர் 1928இல் பெரியார் நடத்திய பார்ப்பனரல்லாதோர் மாநாட்டில் கலந்து கொள்ளவே செய்தார். பார்ப்பனரல்லாதோர் இயக்கத்தில் தலித்துகளுக்கும் பார்ப்பனரல்லாத உயர் இடை சாதித் தலைவர்களுக்குமிடையே முரண்பாடும் ஒற்றுமையும் மாறி மாறி நிலவின.

பார்ப்பனரல்லாதோர் இயக்கத்தை (அன்றைய நீதிக்கட்சி யிலிருந்து இன்றைய தி.மு.க. வரை) சோழப் பேரரசு காலத்தில் நிலவிய வெள்ளாளர் – பார்ப்பனர் ஆதிக்க உறவுகள்/ அதிகாரப் போட்டிகள் ஆகியவற்றின் தொடர்ச்சியாகக் காண்பதும் அதன் பொருட்டு பெர்ட்டன் ஸ்டீன் என்ற வெள்ளைக்காரரைத் துணைக்கழைப்பதும் சரிதானா என்பது தெரியவில்லை. இருபதாம் நூற்றாண்டில் இருந்தது சோழப் பேரரசு அல்ல; சென்னை மாகாணம்தான். இங்கிருந்த ஆதிக்க, உடைமை உறவுகள் முற்றிலும் வேறானவை; வெள்ளையரால் வடிவமைக்கப்பட்டவை. நீதிக் கட்சியும் கூட ஒரு சில வேளாளர்கள் தமது சொந்த நலன்களுக்காக உருவாக்கிக் கொண்ட கட்சியல்ல. அக்கட்சியின் தோற்றத்தைப் பற்றி வாஷ்புரூக் என்ற வெள்ளைக்காரர் தந்த விளக்கமே இன்று தமிழ்நாட்டில் பலராலும் ஏற்றுக் கொள்ளப்பட்டிருக்கிறது. சமுதாயத்தில் நிலவும் பொருளாதார நிர்ப்பந்தங்களைத் தனிமனிதர்களின்

உடனடியான பொருளாதார நலன்களுக்குக் குறுக்கிவிடும் போக்கு "கொச்சை" மார்க்சியத்தைவிடப் பன்மடங்கு கொச்சையானது என்றும் நீதிக் கட்சித் தலைவர்கள் பற்றி மதிப்பீடு செய்ய வாஷ்புருக் பயன்படுத்தும் முறை அபகீர்த்தி வாய்ந்தது" என்றும் இந்தியாவின் தலை சிறந்த மார்க்சிய வரலாற்றறிஞர் சுமித் சர்க்கார் கூறியுள்ளார். (Marxian Approaches to the History of Indian Nationalism. The Book Review, Vol. XV, No. 4, 1991). ஆனால் இங்குள்ள மார்க்சியர்களிடையே இன்னும் வாஷ்புருக்தான் செல்வாக்குச் செலுத்தி வருகிறார்.

நீதிக் கட்சியின் கொள்கைப் பிரகடனமாக அமைந்த 'பார்ப்பனரல்லாதோர் அறிக்கை'யை எழுதியும் அந்தக் கட்சியின் உயிர்நாடியாக விளங்கியும் செயல்பட்ட டாக்டர் டி. எம். நாயர், பிரெஞ்சு பூர்ஷ்வா தாராளவாத அரசியல் சிந்தனையின் தாக்கம் பெற்றிருந்தவர். பிட்டி தியாகராயர் வேளாளரல்லர், டாக்டர் நடேசன், ஒரு மருத்துவராகப் பணியாற்றியவர். அந்தக் கட்சியில் வேளாளர்கள், செட்டிகள், நாடார்கள், வன்னியர்கள், தலித்துகள் முதலிய சாதிகளைச் சேர்ந்தவர்கள் நவீன ஐரோப்பிய அரசியல் சிந்தனையின் தாக்கத்துக்கு உட்பட்டிருந்தனர். தங்கள் சாதி வேர்களைக் களைந்தெறியக் கூடியவர்களாகவும் இறுதிவரை தலித்துகள் பக்கம் நின்றவர்களுமான ஓ. கந்தசாமி (செட்டி) போன்றவர்களும் இருந்தனர். பார்ப்பனர்களின்பால் தமக்கிருந்த தனிப்பட்ட காழ்ப்பு, போட்டி பொறாமை ஆகியவற்றின் காரணமாக சந்தர்ப்பவாத அரசியலில் சேர்ந்தவர்களும் உண்டு. தங்கள் நிலவுடைமை நலன்களைக் காப்பாற்றிக்கொள்ள அதில் சேர்ந்தவர்களும் உண்டு (அத்தகையவர்கள் காங்கிரஸ் கட்சியிலும் இருந்தனர்.)

எனவே ஒரு குறிப்பிட்ட சாதியினரின் கட்சியாக அதனைக் குறுக்கிவிட முடியாது. நீதிக் கட்சி உள்ளிட்ட பார்ப்பனரல்லாதோர் இயக்கம் தலித்துகள் உள்ளிட்ட எண்ணற்ற பிற்படுத்தப்பட்ட சாதியினரிடையே சுயமரியாதை உணர்வையும், சமுதாய, பொருளாதார, அரசியல் மேம்பாட்டையும் வளர்த்தது. அந்தக் கட்சியின் தோற்றத்தையும் செயல்பாட்டையும் வரலாற்று ரீதியாகப் புரிந்து கொள்வது தேவை.

மேலும் நீதிக் கட்சிக்குள் அது தொடங்கப்பட்ட நாட்களிலிருந்தே தலித் பிரச்சினை எழுப்பப்பட்டது. அதனை ஆதரித்து அதில் உறுப்பியம் வகித்த தலித் தலைவர்கள் பார்ப்பனரல்லாத சாதி இந்துக்களின் தனிப்பெரும் இயக்கமாக அது மாறிவிடுமோ என்று அஞ்சினர். அந்த அச்சத்திற்கு நியாயமான காரணங்கள் இருந்தன. அதனால் ஏற்பட்ட கருத்து மோதல்கள் ஏராளம். யதார்த்தத்தில் நிலவிய சமூக வேறுபாடுகள் நீதிக்கட்சியிலும் அதன்பின் தோன்றிய திராவிடக் கட்சிகளிலும் வெளிப்பாடு கண்டிருந்தன. தலித் பிரச்சினையை நீதிக் கட்சியினரும் கூட பார்க்கவே செய்தனர். ஆனால் அதைச் சரிவரத் தீர்க்கவில்லை. தலித்துகளின் நலன்களையும் உரிமைகளையும் பாதுகாப்பதில் நீதிக் கட்சிஉள்ளிட்ட பார்ப்பனரல்லாதோர் இயக்கம் பெருமளவில் தவறியதன் மூலம் தனது வரம்புகளை வெளிப்படுத்திவிட்டது.

பார்ப்பனரல்லாத உயர்சாதியினர் ஒருபுறமிருக்கட்டும், சூத்திரர்கள் எனப்படும் இடைப்பட்ட சாதியினரும் கூட தலித்துகளைச் சுரண்டுகின்றனர், ஒடுக்குகின்றனர். திராவிட இயக்கம் தோன்றிய தமிழ்நாட்டில் மட்டுமல்ல; பிற மாநிலங்கள் அனைத்திலும்தான் தலித்துகளை ஒடுக்குவதில் பார்ப்பனரல்லாத இடைப்பட்ட சாதியைச் சேர்ந்த உழைக்கும் மக்களும் கூடப் பங்கேற்கின்றனர். எனவே இப்பிரச்சினையைத் திராவிட இயக்கத்தின் பிரச்சினையாக மட்டும் பார்க்காது இந்தியாவில் வேரூன்றியுள்ள சாதியமைப்பின் பிரச்சினையாகவே பார்க்க வேண்டும். பார்ப்பனர்களுக்கு எதிராக, சூத்திரர்களையும் பஞ்சமர்களையும் இணைக்கப் பாடுபட்ட ஃபுலே, அம்பேத்கர், லோகியா போன்றோரின் இயக்கங்களும்கூட ஏன் தோல்வியடைந்தன என்பதையும் தலித் இயக்கங்களாலும் கூட எல்லா தலித்துகளையும் ஏன் ஒன்றிணைக்க முடியவில்லை என்பதையும் நாம் விரிவாக ஆராய வேண்டும்.

தலித்களுக்காகப் பேச வரும் தமிழவன், அவர்களது ஒப்பற்ற தலைவர் அம்பேத்கர் பற்றியோ அவரது கருத்துகள் பற்றியோ ஒரு வரிகூட எழுதாதது வியப்புக்குரியதன்று. நீதிக் கட்சி தோன்றிய காலத்திலிருந்து, மண்டல் எதிர்ப்புப் போராட்டம் வரை, சாதிய ஒடுக்குமுறைக்கும் ஏற்றத்தாழ்வுக்கும் தாங்களும் பொறுப்பேற்றுக் கொள்ள வேண்டும் என்பதைப் பார்ப்பனர்கள்

மறுத்து வருகிறார்கள் அல்லவா? அந்தப் பார்ப்பனர்களின் நிலைப்பாட்டைத்தான் தனது கட்டுரை நெடுகத் தமிழவன் கையாண்டுள்ளார். அம்பேத்கரால் ஊக்குவிக்கப்பட்ட தலித் இயக்கங்களின் அடிப்படைக் கருத்தாக இருப்பது அவரது கீழ்க்காணும் கூற்றாகும்:

"பார்ப்பனர்கள் எப்போதுமே தமக்குக் கூட்டாளிகளைக் கொண்டிருந்தனர் என்பதையும் அவர்கள் தமக்குக் கீழ்ப்பட்டு ஒத்துழைப்பதாக இருந்தால் அவர்களுக்கு ஆளும் வர்க்கம் என்ற தகுதியைத் தருவதற்குத் தயாராக இருந்தனர் என்பதையும் வரலாறு காட்டுகிறது. பண்டைக் காலத்திலும் மத்திய காலத்திலும் அவர்கள் சத்திரியர்கள் அல்லது இராணுவ வர்க்கத்தினருடன் அணி சேர்ந்து கொண்டனர். இருவரும் சேர்ந்து மக்களை ஆண்டனர்; இல்லை, மக்களை நசுக்கினர் – ஒருவர் தம் பேனாவைக் கொண்டும் மற்றவர் தம் வாளைக் கொண்டும். இப்பொழுதோ பார்ப்பனர்கள் பனியா என்றழைக்கப்படும் வைசிய வர்க்கத்துடன் நேச அணி உருவாக்கியுள்ளனர். கூட்டணியில் ஏற்பட்டுள்ள மாற்றம் இயல்பானதே. வர்த்தகம் மேலோங்கியுள்ள இந்த நாட்களில், வாளைக் காட்டிலும் பணம் அதிக முக்கியத்துவம் பெற்றுள்ளது... அரசியல் யந்திரத்தை இயக்குவதற்குப் பணம் தேவை. பனியாக்களிடமிருந்துதான் பணம் வர வேண்டும். காங்கிரசுக்குப் பனியா பணம் கொடுக்கக் காரணம் காந்தி பனியாவாக இருப்பதுதான். அரசியலில் பணத்தை முதலீடு செய்வது பெரும் இலாப ஈவுகளைப் பெற்றுத் தரும்." (What Congress and Gandhiji have done to Untouchables, Thacker & Co., Bombay, 1945, P. 145-197)

அதனால் தான் பிர்லா சங்கரமடம் கட்ட 5 கோடி ரூபாய் செலவழிக்கிறார்!

நவீன இந்தியச் சமுதாயத்தில் பார்ப்பனரல்லாத சாதிகள் கிராமப்புறங்களில் அதிகாரம் படைத்தோராகவும், தமிழ்நாடு, கர்நாடகம், ஆந்திரம் போன்ற மாநிலங்களில் அரசாங்கப் பணிகளில் கணிசமான அளவிலும் இருக்கின்றனர். எனினும் அரசதிகாரம் (State Power), மையத்திலும் சரி மாநிலத்திலும்

சரி பார்ப்பனிய – பனியா சாதியினரிடம்தான் உள்ளது. உ. பி., பீகார் போன்ற வடமாநிலங்களில் பார்ப்பனர்கள் பெரும் நிலப்பிரபுக்களாகவும் இருக்கின்றனர். இந்த]

அரசதிகாரத்தின் உதவியுடன் பார்ப்பனர் உள்ளிட்ட மேல் சாதியினர் தலித் மக்களுடன் கூட்டணிகள் ஏற்படுத்தியும் சிற்சில சலுகைகளை அவர்களுக்கு வழங்கியும் பார்ப்பன–தலித் கூட்டணிகளைப் பல சமயங்களில் உருவாக்கிக்கொள்ள முடிகிறது. பார்ப்பனரல்லாத பிற (இடைப்பட்டச்) சாதியினரின் சாதி உணர்வு, சாதி வெறி ஆகியனவும் கூட பார்ப்பனியத்துடன் தொடர்புடைய விஷயங்களே. சாதியமைப்பின் இருப்பை நியாயப்படுத்தி அந்த அமைப்பில் பார்ப்பனருக்குரிய தனிப்பெரும் இடத்தை உறுதி செய்யச் செயல்படும் சித்தாந்தமே (Ideology) பார்ப்பனியம். சாதி அமைப்பின் ஒவ்வொரு அடுக்கிலும் உள்ள சாதியினரும் தமக்குக் கீழே இருப்பவரைப் புறக்கணித்து ஒதுக்குதல்–ஒடுக்குதல் என்பதைப் பார்ப்பனியம் சாத்தியப்படுத்துகிறது. சாதி சமுதாயத்தில் பார்ப்பன மதிப்பீடுகள் அனைவருக்கும் பொதுவான மதிப்பீடுகளாக முன்நிறுத்தப்படுவதால் ஒவ்வொரு சாதியும் தன்னைப் பார்ப்பனமயமாக்கிக் கொள்ள (Sanskritisation) விழைகிறது. (தலித்களிடம் கூட இந்தப் போக்கு இருப்பதைத் தமிழவன் பயன்படுத்திக் கொள்ளும் ராஜ்கௌதமன் கட்டுரை கூறுகிறது.) பார்ப்பனமயமாதல் என்ற சமூகப் போக்கு குறிப்பிட்ட சாதியின் 'அந்தஸ்தை' உயர்த்த உதவுகிறது. ஆனால் தங்களது தனிப்பெருமையைப் பேணிக் காக்க முற்படும் பார்ப்பனச் சாதியினரின் செயல்பாடுகள், இந்த சமஸ்கிருதமயமாதல் என்பது ஒரு குறிப்பிட்ட எல்லையைக் கடந்து இயங்குவதைத் தடுக்கின்றன. பார்ப்பனரல்லாதவர்கள் எவ்வளவுதான் முன்னேறிச் செல்ல நினைத்தாலும் அவர்களைக் கடந்து இரண்டடிப் பாய்ச்சலில் பாய்ந்து பார்ப்பனர்கள் உச்சத்தில் இருப்பதையே சாதியமைப்பு அனுமதிக்கிறது. தலித்துகளைக் கோயில்கள் கட்டுவதற்கு அஸ்திவாரக் கல் இடுவதற்குத்தான் அனுமதிக்கிறதேயன்றிச் சிலையைப் பிரதிஷ்டை செய்வதற்கு அல்ல.

[சாதி அடுக்கில் கீழ் மட்டத்தில் இருப்பவர்கள் தமது பொருளாதார, சமூக, அரசியல் அந்தஸ்து உயர உயர

பழக்க வழக்கங்கள், மதிப்பீடுகள், செயல்பாடுகள் ஆகியவற்றைப் பார்ப்பனமயமாக்கிக் கொள்ள சாதிய அமைப்பு அனுமதிக்கிறது. ஏனெனில் சாதிய சமுதாயத்தில் நன்மை – தீமை, மேன்மை – கீழ்மை, தூய்மை – தீட்டு போன்ற அனைத்துமே பார்ப்பனர்களின் வாழ்வு, பண்பாடு முதலியவற்றின் அடிப்படையிலேயே வரையறுக்கப்படுகின்றன. தன்னை மேம்படுத்திக்கொள்ள, பிறரைக் கீழானவர்களாகக் கருதி ஒதுக்குவதும் அல்லது 'இன்னாருக்கு இன்ன இடம்தான்' என்று வரையறுப்பதும், இவ்வாறு ஒவ்வொருவரும் தனது 'தனித்தன்மை'யை உறுதி செய்து கொள்ள உதவுவதும்தான் பார்ப்பனியத்தின் சாரமாகும்.]

இதை எத்தனைப் பார்ப்பனர்கள் நேர்மையாக ஒப்புக் கொள்கின்றனர் என்பதுதான் கேள்வி. பார்ப்பனர்கள் மட்டுமல்ல ஆந்திரே பெடய்ல்களும் தமிழவன்களும்கூட என்ன கூறுகிறார்கள்? "பார்ப்பனர்கள் கிராமத்திலிருந்து வெளியேறி விட்டார்கள். பார்ப்பனரல்லாத நில உடைமையாளர்களும் வணிகர்களுமே சாதியமைப்பைக் கட்டிக்காக்கின்றனர். தலித்துகளை ஒடுக்குகின்றனர். நவீன சமுதாயத்தில் எங்களது மரபு வழிச் செல்வாக்கிற்கு இடமில்லை. நாங்கள் இப்போது வெறும் Computer Boys 1920களிலிருந்து இதே வாதத்தை நாம் கேட்டு வருகிறோம். கிராமத்திலிருந்து வெளியேறியவர்கள் அதிகாரி வர்க்கத்திலும் அதிகார மையங்களிலும் இருப்பதை இவர்கள் ஒப்புக்கொள்வதில்லை.

[ஒரு நீர்த்துப் போன பினாமி நில ஒழிப்புச் சட்டத்துக்கும் கூட ஏன் குடியரசுத் தலைவர் ஒப்புதல் தருவதில்லை என்ற கேள்வியை இவர்கள் எழுப்புவதில்லை.]

தலித் மக்களுக்காகக் கண்ணீர் வடிக்கும் இவர்கள் பார்ப்பனரல்லா தோர் இயக்கங்களைக் கடந்த ஒரு போர்க்குணம் மிக்க இயக்கத்தைக் கட்டியெழுப்பி, சாதிய வர்க்க ஒடுக்குமுறைகளை எதிர்க்க முன்வருவதாகவும் தெரியவில்லை. ஆபிடுயுபா பறையர்களைப் பற்றிக் கேவலமாக எழுதியதைச் சரியாகவே

கண்டிக்கும் தமிழவன்கள் இந்த வெள்ளைக்காரன் வருவதற்கு முன்பே சாதிய இழிவை நியாயப்படுத்திய பார்ப்பன தர்மங்களைக் கண்டிக்க முன் வருவார்களா என்பது தெரியவில்லை.

வெள்ளையர்களால்தான் தங்களுக்கு விடுதலை என்று கருதிய தலித்களைக் கண்டனம் செய்வார்களா?

நாங்கள் பார்ப்பனர், பார்ப்பனரல்லாதோர், தலித் பிரச்சினைகளை ஒன்றுக்கொன்று தொடர்புடைய இயங்கியல் ரீதியான பிரச்சினையாகவே பார்க்கிறோம். சாதியத்தை ஒழிப்பதுதான் தீர்வு. சத்யாவைப் போலச் சாதி ஒழிப்பு என்பது ஒரு மாயை (தினமணி 28-1-92) என்று கருதவில்லை.

தினமணி (தமிழ்மணி), 29-2-1992

பின்குறிப்பு: இக்கட்டுரையிலிருந்து "தினமணி" ஆசிரியரால் வெட்டி நீக்கப்பட்டப் பகுதிகள் [...] அடைப்புக்குறிகளுக்குள் தரப்பட்டுள்ளன. வெட்டப்பட்ட பகுதிகளின் முக்கியத்துவத்தை வாசகர்கள் புரிந்து கொள்ளலாம்.

என்றோ தோன்றிவிட்டது ஒருமைப்பாடு

ஆரியம், திராவிடம் எனும் விஷயங்கள் பற்றித் தினமணியில் பல கட்டுரைகள் வந்துள்ளன. ஒவ்வொன்றும் பல புதிய கருத்துகளையும், விவாதங்களையும் முன்வைத்துள்ளது.

ஆரிய – திராவிட ஒருமைப்பாடு அல்லது உடன்பாடு என்பது ஏற்கெனவே நடந்து முடிந்துவிட்ட ஒன்று. ஆரிய, திராவிட எனும் சொற்களை ஒரு வசதிக்காக ஏட்டில் வைத்துக் கொள்ளலாமே தவிர அவை சமூகத்தில் செயல் பாட்டில் வழக்கிழந்துவிட்டன .

இப்பொழுது ஆரியனும் இல்லை, திராவிடனும் இல்லை. பணத்தின் தேவை மிகவும் முக்கியமாகிவிட்ட நிலையில் பணம் சேர்ப்பது, அதிகப் பணம் சேர்ப்பது, எப்படியும் பணம் சேர்ப்பது, பணத்துக்காக எதையும் செய்வது என்ற இடத்திற்குத் தமிழ்ச் சமூகம் வந்து, பணத்துக்காகக் கண்டம் விட்டுக் கண்டம் ஒடுபவர்கள்தாம் இருக்கிறோம்.

தேசிய இயக்கத்துக்கு எதிராகத்தான் திராவிட இயக்கம் துவக்கப்பட்டது. இந்திய தேசிய காங்கிரஸ் இந்தியா முழுவதற்குமான புரட்சிகர இயக்கமாக விளங்கிய நேரத்தில் அதன் வலுவைக் குறைக்க ஆங்கிலேயர்கள் பல சூழ்ச்சிகள் செய்தனர். 1935ஆம் ஆண்டில் இயற்றப்பட்ட இராஜதானி சட்டம் இந்த நோக்கில் கொண்டு வரப்பட்டதுதான்.

தமிழ்நாட்டில் உள்ள பார்ப்பனரையும், அவர் ஓதும் வேதத்தில் இருந்த வடமொழியையும் காட்டி, "இவர்கள்தமிழின் – தமிழனின் எதிரிகள்" என்று குறுகிய உணர்ச்சிகளைத் தூண்டிவிட்டு திராவிட இயக்கம் வளர்ந்தது.

வெள்ளை ஏகாதிபத்தியத்தால் ஊட்டி வளர்க்கப்பட்ட திராவிட இயக்கம் 'ஆரிய எதிர்ப்பு', வடமொழி எதிர்ப்பு, என்றெல்லாம் ஒரு சாதியையும் மொழியையும் எதிர்ப்பதோடு நின்றுவிடாமல் இந்திய தேசியத்தையும் ஒருமைப்பாட்டையும் எதிர்க்கிறது. எனவே ஆரிய எதிர்ப்பு என்பதை வெறும் பார்ப்பன எதிர்ப்பாகக் கொள்ளாமல் தேசிய எதிர்ப்பாகக் கொள்வது எல்லாச் சாதிகளிலுள்ள தேசியவாதிகளின் கடமை.

சமஸ்கிருதத்தை முழுவதுமாக எதிர்ப்பதோ அல்லது முழுவதுமாக ஆதரிப்பதோ தமிழனின் கொள்கையன்று. கொள்ள வேண்டியதைக் கொண்டு தள்ள வேண்டியதைத் தள்ளித்தான் தமிழன் முன்னேறி யிருக்கிறான். எந்த ஒரு மொழியையும் எதிர்ப்பதென்பது உலக மனிதனின் இயல்பான குணம் அன்று. வெறுப்பும், எதிர்ப்பும் ஊட்டி வளர்க்கப்படுவன. வேறு மொழி பேசும் இடங்களுக்குச் சென்றும், விளைபொருள்களைப் பகிர்ந்தும், வணிகம் செய்தும் உலக மனிதன் முன்னேறியிருக்கிறான். நீண்ட காலத்துக்கு முன்பே கடல் வணிகம் செய்த தமிழனும் இதற்கு விதிவிலக்கல்லன்.

எனவே குறுகிய உணர்வுகளைத் தூண்டிவிட்டு மனிதர்களைப் பிரிப்பது சுயநலமிகளின் வேலை. இதற்கு அவர்கள் மொழியை ஒரு கருவியாகப் பயன்படுத்துகின்றனர். அந்த மொழியிலும் இவர்கள் நுட்பமான கல்வியும். பாண்டித்தியமும் பெறவில்லை என்பதையும் வெளிக் கொணர்ந்தால்தான் இவர்களின் போலித்தனம் வெளிப்படும்.

சான்றாக, தொல்காப்பியத்தை எடுத்துக் கொள்வோம். தொல்காப்பியம் தமிழிலேயே காலத்தால் முற்பட்டதென்றும், உலகில் வேறு எந்த மொழியிலும் இல்லாத பொருள் இலக்கணத்தைக் கொண்டிருக்கிறதென்றும் தொல்காப்பியரைக் குறிப்பிடும்பொழுது "ஒல்காப் பெரும் புகழ் தொல்காப்பியன்" என்றும் நூலையும் ஆசிரியரையும் சிறப்பித்துக் கூறுகிறோம்.

தொல்காப்பியர் இன்னும் பல சிறப்புகளுக்குரியவர் என்பது உண்மையே. ஆனால் கருத்தளவில் தொல்காப்பியரையும் தமிழர் முழுதும் பின்பற்றவில்லையென்பதை நாம் அறியலாம். குறிப்பாக, அவரது இரண்டு கருத்துகளைத் தமிழுலகம் பின்பற்றவில்லை.

தொல்காப்பியரின் கடவுட்கொள்கை

நிலங்களையும் அவற்றின் தெய்வங்களையும் கூற வந்த தொல்காப்பியர்,

> "மாயோன் மேய காடுறை உலகமும்
> சேயோன் மேய மைவரை உலகமும்
> வேந்தன் மேய தீம்புனல் உலகமும்
> வருணன் மேய பெருமணல் உலகமும்
> முல்லை குறிஞ்சி மருதம் நெய்தலெனச்
> சொல்லிய முறையாற் சொல்லவும் படுமே"

(தொல். பொருள் 5)

என்று சொல்கிறார். இவற்றுள் மாயோன் என்னும் திருமால் ஆரியக் கடவுள். அது ஏற்புடையதாக இருந்ததனால் ஏற்றுக் கொள்ளப்பட்டது. சேயோன் எனும் முருக வணக்கம் தமிழ் நிலத்தில் உள்ளதுதான். ஆனால் தமிழன் நெடுங்காலமாக வணங்கி வரும் சிவனைப் பற்றி ஒன்றும் கூறப்படவில்லை. ஒருவேளை சிவன் எல்லா நிலத்திற்கும் பொதுவான கடவுள் என்பதால் கூறாமல் விட்டிருக்கலாம்.

ஆனால் இந்தக் காரணமும் தொல்காப்பியரால் – உரையாசிரியர்களால் கூறப்படவில்லை. இக்கொள்கைக்கு எதிர்ப்பு இருந்திருத்தல் வேண்டும். அதனால்தான் பின்னர் வந்தவர்கள் பாலை நிலத்திற்குத் தெய்வமாகச் சிவபெருமானின் மனைவியாகக் கருதப்படும் காளியை வகுத்திருக்க வேண்டும். நமது கேள்வியே அதற்கு மேல்தான் வருகிறது.

மருத நிலத்துக் கடவுளாக இந்திரனையும், நெய்தல் நிலத்துக் கடவுளாக வருணனையும் தொல்காப்பியர் வகுத்தது ஏன்?

இந்திரனும், வருணனும் தமிழ்நாட்டில் எந்தக் காலத்திலும்

கடவுளர்களாக இருந்ததில்லை, இவர்களுக்குக் கோயிலோ வழிபடும் இடங்களோ தமிழ்நாட்டில் இல்லை. மக்கள் புனை கதைகளில் நாட்டார் பாடல்களில் எங்கும் இந்திரனும் – வருணனும் இல்லை. இந்த ஐவகை நிலங்களில் வளம் செறிந்ததாகிய மருதத்துக்கு இந்திரனையும், அதற்கடுத்த வளமுடைய நெய்தலுக்கு (மீன், உப்பு, முத்துசங்கு முதலியன) வருணனையும் தொல்காப்பியர் தெய்வமாக வகுத்தது ஏன்?

இந்திரனும், வருணனும் ஆரியக் கடவுளர். ரிக், யஜூர் வேதங்களில் போற்றுதலுக்கும் வழிபாட்டுக்கும் உரியவர்களாக விளங்குகின்றனர். மெல்ல மெல்ல இவர்களின் முதன்மை இடம் திருமாலுக்கும், மூன்றாம் நிலையில் இருந்த ருத்ரனுக்கும் போய்விடுகிறது (இது வேதங்களில் அல்ல, ஆரியர் வழிபாட்டில்), வேதங்கள் தொகுக்கப்படும் பொழுதே இந்நிலை ஏற்பட்டு விடுகிறது (எனக்கு சமஸ்கிருதம் தெரியாது, அதனால் சட்டோபாத்யாயாவும், கோசாம்பியும் கூறுவதை அப்படியே ஏற்றுக் கொண்டிருக்கிறேன்) . எனவே ஆரியக் கடவுளர்களாகிய இந்திரனையும், வருணனையும் தொல்காப்பியர் தமிழ் நிலத்தில் திணிக்க முயன்றிருக்கிறார் (தொல்காப்பியரின் காலத்தை அறிய இதையும் ஒரு காரணியாகக் கொள்ளலாம். தமிழும் சமஸ்கிருதமும் அறிந்த ஆராய்ச்சியாளர்கள்தாம் முடிவு செய்ய வேண்டும்). தொல்காப்பியரின் இம்முயற்சியைத் தமிழ்ப் புலவர்கள் எந்த அளவுக்கு ஏற்றுக்கொண்டிருக்கிறார்கள் என்பதையும் பார்க்க வேண்டும்.

பத்துப்பாட்டு: (திருமுருகாற்றுப் படை)

இந்நூலில் "நூற்றுப் பத்தடுக்கிய நாட்டத்து, (முரு. 155) என்ற வரியில் ஆயிரம் கண்களையுடைய என்ற பொருளில் இந்திரனைப் பற்றிய செய்தி வருகிறது.

"கோபத்தன்ன தோயா பூந்துகில்" (முரு. 15) என்ற வரிக்கு "இந்திர கோபத்தையொத்த திறம்பிரியாத இயல்பான சிவப்பாகிய பூந்தொழிலினையுடைய துகிலினையும்" என்று பொருள் சொல்கிறார் நச்சினார்க்கினியர். இதுபோல் கோபம் என்ற சொல்லுக்கு உரையில் இந்திரகோபத்தையொத்த என்று பொருள்

வருகிறதே தவிர இந்திரன் என்பவன் மருத நிலத்துக் கடவுள் என்ற கருத்து பத்துப் பாட்டில் எங்கும் இல்லை. வருணனைப் பற்றிய செய்தியும் இல்லை.

எட்டுத் தொகை :

1. இந்திர விழாவில் பூவின் அன்ன (ஐங். 62)

2. ஏறு அதிர்க்கும் இந்திரன் இரும் உருமென (பரி. 8, 10)

3. இந்திரன் பூசை, இவள் அகலிகை இவன் சென்ற கவுதமன் (பரி. 19,50.51)

4. அந்தர வான்யாற்று ஆயிரம் கண்ணினான் இந்திரன் ஆடும் தகைத்து (பரி. தி. 2. 96–97)

5. உண்டால் அம்ம இவ்வுலகம் இந்திரர் அமிழ்தம் இயைவதா யினும் (புறம். 182)

எட்டுத் தொகை நூல்களுள் மேற்கூறிய இடங்களில்தான் இந்திரனைப் பற்றிய செய்திகள் கூறப்படுகின்றன. எங்குமே அவன் மருத நிலத்துக் கடவுள் என்று பேசப்படவில்லை.

வருணனைப் பற்றிய செய்தியோ, அவன் நெய்தல் நிலத்துக் கடவுள் என்ற குறிப்போ எட்டுத் தொகையில் இல்லை.

பரிபாடல் இன்னதென உணர்த்தும்

> "திருமாற் கிருநான்கு செவ்வேட்டு முப்பத் தொருபாட்டு காடுகாட்கு ஒன்று – மருவினிய வையை இருபத்தாறு மாமதுரை நான்கென்ப செய்ய பரிபாடல் திறம்"

எனும் வெண்பா திருமாலையும், முருகனையும், காளியையும் பாடுவோம்; இந்திரனையும், வருணனையும் பாடமாட்டோம்; அதற்குப் பதில் வைகையையும் மதுரையையும் பாடுவோம் என்று சொல்லாமல் சொல்கிறது.

பதினெண் கீழ்க் கணக்கு நூல்கள் உருவிலும் உள்ளடக்கத்திலும்

பிற்காலத்தவையாக இருத்தலின் அவற்றை எடுத்துக் கொள்ளவில்லை. சான்று: அகல் விசும்புளார் 'கோமான் இந்திரன் (திருக்குறள்).

சிலப்பதிகாரம்

பழைய தமிழ் நூல்களில் சிலப்பதிகாரத்தில்தான் இந்திரனைப் பற்றிய செய்திகளும், குறிப்புகளும் அதிகம் காணப்படுகின்றன, "இந்திர விழவூரெடுத்த காதை" என்ற காதையே இதில் உள்ளது. ஆனால் இந்திரனின் நிலமாகிய மருதத்தில் அவனுக்கு விழா எடுக்காமல் நெய்தல் நிலத்தில் இந்த விழா கொண்டாடப்படுகிறது. இக்காதையில்

1. தேவர் கோமான் ஏவலிற் போந்த (16)

2. விண்ணவர் தலைவனை விழு நீராட்டி (168)

3. விண்ணவர் கோமான் விழவு நாளகத்தென் (240)

என்று இந்திரன் குறிக்கப்படுகிறான்.

அவன் மருத நிலத்துக் கடவுள் என்ற பொருளே இவற்றில் இல்லை. இந்நூலில் இந்திரனைப் பற்றிப் பேசப்படும் இடங்கள் வருமாறு:

1. இந்திர விழவுகொண்டெடுக்கு நாளிது வென (கடலாடுகாதை 6)

2. அந்தரத் துள்ளோர் அறியா மரபின்

வந்து காண்குறூஉம் வானவன் விழவும் (கட. 72–78)

3. ஆயிரம் கண்ணோன் (கட. 20)

4. அமரர் தலைவனை வணங்குதும் (கட. 27)

5. செங்கணா யிரத்தோன் (காடுகாண். 20)

6. இந்திர னேவலின் (அடைக், 32)

மேற்கூறிய இடங்களைத் தவிர இன்னும் சில இடங்களில் – உரையில் – இந்திரன் பேசப்படுகிறான். ஆனால் எங்குமே – அவன் மருத நிலத்துக் கடவுள் – என்ற பொருளில் அல்ல.

வருணன் என்ற சொல் வருணப் பூதங்கள் என்ற பொருளில், அதுவும் உரையாசிரியர்களால் கூறப்படுகிறதே தவிர இளங்கோவடிகள் வருணன், ஒரு தேவன் என்ற பொருளில்கூட இச் சொல்லைக் கையாளவில்லை.

இதனால் தொல்காப்பியருக்குப் பின் வந்த புலவர்கள் யாரும் இந்திரனையும், வருணனையும் தமிழ் நிலத்துக் கடவுளர்களாக ஏற்கவில்லையென்பது தெளிவு.

அதைப் போன்றே இன்னொரு நூற்பாவும் சம்ஸ்கிருதத்தின் தன்மையைத் தமிழில் உண்டாக்க முயன்றது போல் தெரிகிறது.

எழுத்ததிகாரத்தில் 16வது நூற்பாவில் “எகர ஒகரத்தியற்கையும் அற்றே” என்று எ, ஒ ஆகிய குற்றெழுத்துகளுக்குப் புள்ளியிட வேண்டுமென்கிறார். சம்ஸ்கிருதத்தில் எ, ஒ என்ற இரு குறிகள் இல்லை. சம்ஸ்கிருதத்தில் இல்லாமல் தமிழில் இருப்பதால் அவற்றை மெய்யெழுத்தேபோல் எழுத வேண்டும் என்று தொல்காப்பியர் பணித்தாரோ என்று எண்ணத் தோன்றுகிறது. ஓலையில் எழுதும் பொழுது பாதுகாப்புக்காக ஒற்றெழுத்துகளுக்குப் புள்ளியிடல் வழக்கமில்லை. எனவே இக்கொள்கை எவ்வாறு பின்பற்றப்பட்டதென்பதை ஓலைச் சுவடிகளை ஆய்ந்து அறிய முடியாது. அச்சு வந்தபின் யாரும் எ, ஒ இரண்டுக்கும் புள்ளியிடல் வழக்கமில்லை, ஏனெனில் தமிழ், தெலுங்கு, கன்னடம், மலையாளம் ஆகிய தென்னிந்திய மொழிகள் எகர ஒகரங்களைக் குற்றெழுத்துகளாகக் கொண்டுள்ளன ,

தொல்காப்பியத்தை ஆய்ந்து முனைவர் பட்டம் பெற்ற டாக்டர் சி. இலக்குவனார், பொருளதிகாரத்தில் பல “நூற்பாக்களை இடைச்செருகல் என்று ஒதுக்குகிறார். அவர்கூட “மாயோன் மேய” என்று தொடங்கும் நூற்பாவை அவ்வாறு ஒதுக்கவில்லை. தொல்காப்பியர் சொன்னார் என்பதற்காக உரையாசிரியர்களும் பொருள் கூறினரே தவிர அதை அப்படியே

ஏற்றுக்கொள்ளவில்லை. தொல்காப்பியருக்குப் பின் வந்த புலவர்கள் இந்திரனையும், வருணனையும் ஏற்காதது போலவே தமிழ் மக்களும் அவர்களை எற்கவில்லை. முன்பே கூறியதுபோல் ஆரியர்களிடையே திருமால், சிவ வணக்கங்கள் மேலோங்கியது போலவே தமிழ் மக்களிடத்திலும் மோலோங்கிவிட்டது கூட இதற்கு ஒரு காரணமாக அமையலாம்.

மேற்கூறிய சான்றுகளால் ஆரியக் கொள்கையை அப்படியே தமிழவன் கண்ணை மூடிக்கொண்டு ஏற்றுக்கொண்டான் என்று சொல்வதற்கில்லை. கொள்ள வேண்டியதைக் கொண்டும் தள்ள வேண்டியதைத் தள்ளியும் தமிழ்ச் சமூகம் முன்னேறியது.

ஆரிய – திராவிட எதிர்ப்பென்பது மாறி இரண்டு நாகரிகங்களும் கொண்டு கொடுத்து வாழத் துவங்கி ஈராயிரம் ஆண்டுகளாகிவிட்டன. ஆரிய – திராவிட ஒருமைப்பாடு அப்பொழுதே ஏற்பட்டுவிட்டது. இப்பொழுது பிய்த்துக் கொண்டு போக வாழ்க்கை இடந்தராது. திருமாலையும், சிவனையும் தமிழன் ஒதுக்கிவிடுவானா? சைவ, வைணவ சமயங்கள் வாழ்வோடு கலந்து பண்பாடாக மாறிய பிறகு இவற்றை எப்படிப் பிய்த்து எடுப்பது? திராவிடம், தமிழ் என்று பேசியவர்கள் அவற்றைச் சொல்லி நன்றாகவே பிழைப்பு நடத்தி விட்டார்கள்.

முன்பே கூறியபடி பார்ப்பன எதிர்ப்பு என்பது இந்திய தேசிய எதிர்ப்பில் போய் முடிகிறது. எனவே தேசிய சக்திகள் இதை இனியேனும் நன்றாக உணர்தல் வேண்டும்.

தினமணி (தமிழ்மணி), பிப்ரவரி 29, 1992

மூவகைச் சிந்தனைகள்...

– எஸ்.என்.ஆர். சத்யா

தினமணியை அன்றாடம் படிக்கும் லட்சக்கணக்கான வாசகர்களில் சமூக இயல் அணுகுமுறைகளைப் பற்றிய கேள்வி ஞானம் உள்ளவர்கள் அதிகம் இருக்க வாய்ப்பில்லை. சாதாரண வாசகர் அறியும் அளவில் விவரிப்பதும் மிக அவசியம் என்று படுகிறது. ஏனென்றால் சத்யா, ராஜதுரை – கீதா, பிறகு தமிழவன் ஆகிய மூவர்களின் கட்டுரைகளும் முறையே Formalist, Substantivist, Structuralist என்ற முரண்பட்ட மூவகைச் சிந்தனைகளை எடுத்துக் காட்டுகின்றன.

முதலில் நான் எழுதிய விஷயத்தை ராஜதுரை – கீதா இருவரும் மறுக்கும்போது மெய்நிலை வாதத்தை (Substansive Approach) முன்வைத்தனர். Formal - என்பதை பாரம்பர்யப் பற்று என்று கொள்ளலாம். மரபு அடிப்படையில் வாதம் செய்வோர் பிராமணியத்தின் நல்ல அம்சங்களையும், ஹிந்து மதத்தின் நல்ல அம்சங்களையும் எடுத்துக் கொள்கிறார்கள். நமது Value Systemகளை மதிக்கின்றனர். ஆனால் மெய்நிலைவாதிகள் சித்தாந்தத்தை உடைக்க வேண்டும் என்று கூறுபவர்கள் உலகத் துன்பங்களுக்குப் பிராமணியமே காரணம் என்று கூறிப் பிராமணியச் சித்தாந்தத்தை அற்றுப் போகச் செய்ய வேண்டும் என்று விழைகின்றனர். இவர்கள் வர்ணாஸ்ரம

தர்மத்தில் உள்ள பொருளியல் அம்சங்களை மறுத்துவிட்டு அதைச் சித்தாந்தமாகப் பார்ப்பவர்கள். இப்படிச் சித்தாந்தமாகப் பார்ப்பவர்கள் தம்மை அதே சமயம் மார்க்சியவாதிகளாகவும் பிரகடனம் செய்து கொள்கின்றனர். இவர்கள் Maxweber Louis Dumont சிந்தனைகளினால் கவரப்பட்டவர்கள் இந்த மெய்நிலைவாதிகளைக் கட்டமைப்புச் சிந்தனாவாதிகள் (Structuralists) ஏற்பது இல்லை. ஏனென்றால் மெய்நிலைவாதிகள் வர்க்க உணர்வைப் பின்னுக்குத் தள்ளிவிட்டு ஜாதியின் இன உணர்வையே மெய்யான சித்தாந்தம் என்று போற்றும்போது பிராமணிய எதிர்ப்பின் மூலமே கடையனுக்கும் கடைத்தேற்றம் கிட்டும் என்ற அர்த்தம் ஏற்பட்டு விடுகிறது. எனவே, கட்டமைப்புச் சிந்தனாவாதிகள் லூயிதுமோவை (Louis Dumont) எதிர்த்து எழுதிய மாரிஸ் கோடலீரின் (Maurice Godelier) கட்டமைப்புச் சிந்தனைகளால் கவரப்பட்டுள்ளனர். கட்டமைப்புவாதிகளின் கணக்குப்படி தலித்துகளின் பிரபஞ்சம் வேறு, 'பிராமணியப் பிரபஞ்சம் வேறு, பிராமணியச் சித்தாந்த எதிர்ப்பு தலித்துகளின் விடுதலைக்கு உதவாது என்பது கட்டமைப்புவாதிகளின் கொள்கை.

இதில் சிறப்பு அம்சம் எதுவெனில் கட்டமைப்புச் சிந்தனாவாதிகள் பாரம்பர்யச் சிந்தனாவாதிகளை மதிக்கும் அளவில் மெய்நிலைவாதிகளை மதிப்பது இல்லை என்பதுதான். தமிழவன் கட்டமைப்புச் சிந்தனாவாதி என்பது வெள்ளிடை ("ஸ்ட்ரக்சுரலிசம்" – என்ற நூலைத் தமிழில் எழுதி வழங்கியவர்). எனினும் இந்த மூன்று முரண்பட்ட சிந்தனாவாதிகளும் அவரவர்களுக்கு உரித்தான முறையில் சாதி, இனம், மொழி குறித்த விவகாரங்களை அல்லது விவாதங்களை நீட்டிக்கொண்டே செல்லும் வாய்ப்பு உண்டு. யாருக்கு வெற்றி யாருக்குத் தோல்வி என்பது முக்கியம் அல்ல. என்ன Contextஇல் இது வெளிப்படுகிறது என்பதுவே முக்கியம்.

ஆபி டியுபாவை (Abbe J.A. Dubois) தமிழவன் ஓர் அறிஞராக அறிமுகப்படுத்தியுள்ளார். பல ஆண்டுகளுக்கு முன்பு டியுபாவின் நூலை 50 சதம் வாசித்த நினைவு உண்டு. இவர் பிரான்ஸ் நாட்டுக் கிறிஸ்துவ மதப் பாதிரியார். ஹிந்துக்களை மதமாற்றம்

செய்வதற்காக இங்கு வந்தார். இவருக்குக் கீழ்நிலையில் அதாவது கிராமங்களில் உள்ள 'பஞ்சாங்க பிராமணர்கள் – புரோகிதர்கள்' வெல்ல முடியாதவர்களாகத் தென்பட்டனர். வாழ்க்கையில் வசதியில்லாமல் வறுமையில் வாடும் ஹரிஜனங்களை மட்டுமே இவரால் மதமாற்றம் செய்ய முடிந்தது. எல்லா ஹிந்துக்களையும் கிறிஸ்துவர்களாக மாற்ற முடியவில்லை என்பது அவர் வருத்தம். அந்தப் புலம்பலில் மேற்படி நூல் எழுதப்பட்டிருக்கலாம். ஆபி டுயுபாவுக்கு மேல்நிலையில் சித்தாந்தமாகப் பரிமளிக்கும் ஹிந்துமதத் தத்துவத் தரிசனங்கள் பிரச்சினையாக இல்லை. ஆரிய மாயை என்ற நூலில் டுயுபாவின் மேற்கோளை சி. என். அண்ணாதுரை எடுத்து வைத்த பிராமணர்களின் குணம், வயிற்றுப் பிழைப்புக்காகப் பஞ்சாங்கமும் புரோகிதமும் செய்யும் பிராமணர்களைப் பற்றியது. எனினும் ஆபி டுயுபாவின் நூல் 20ஆம் நூற்றாண்டுத் தொடக்கத்தில் உள்ள தென்னிந்தியக் கிராமச் சமூகச் சித்திரம் பற்றிய விவரங்களை அளிக்க வல்லது. 20ஆம் நூற்றாண்டுத் தொடக்கத்தில் கத்தோலிக்கர்களாக மதம் மாறியவர்கள் பிராமணிய வழிபாடுகளையும், ஹிந்துமதச் சடங்குகளையும் கைவிடத் தயாராக இல்லை என்பதையும் ஆபி டுயுபா குறிப்பிட்டுள்ளார். இன்று கிறிஸ்துவ மதப்போதகர்கள்கூட மகரிஷி, சாஸ்திரியார் போன்ற பிராமணிய அடைமொழிகளைப் பெயருடன் சேர்த்துக் கொள்வதைப் பார்க்கலாம்!

ஆர்.எஸ்.என். சத்யா

* (ஆரிய–திராவிட விவாதம் இத்துடன் முடிவடைகிறது –ஆர்)

தினமணி (தமிழ்மணி), 29.2.1992

‘தினமணி’ முடித்து வைத்த விவாதம்

எஸ்.வி. ராஜதுரை வ. கீதா

தமிழவனுக்கு நாங்கள் எழுதிய பதிலை வெட்டிச் சிதைத்துப் பிரசுரித்த ‘தினமணி’ ஆசிரியர், கூடவே மு. பாவாணனின் கட்டுரையையும் சத்யாவின் கட்டுரையையும் பிரசுரித்துவிட்டு “ஆரிய – திராவிட விவாதம் இத்துடன் முடிவடைகிறது” என்று அறிவித்துவிட்டார். பார்ப்பனர்களையும் பார்ப்பனியத்தையும் எதிர்ப்பவர்கள் தேசவிரோத, பிரிவினைவாதச் சக்திகள் என்பதுதான் ‘தினமணி’யைச் சுற்றியுள்ள பார்ப்பனர்களின் வாதம். அதாவது பார்ப்பனர்கள்தாம் இந்தியத் தேசமாக அமைகிறார்கள்; அவர்களை எதிர்ப்பது தேசத் துரோகம்! இப்படிப்பட்ட அருமையான கருத்தைச் சொல்ல அவர்களுக்கு மற்றொரு தமிழ(வ)ன் தேவை. திராவிட இயக்கத்தின் (குறிப்பாகத் தி.மு.க வின்) பலவீனங்களும் சிந்தனை வறட்சியும் இப்படிப்பட்ட கருத்தைச் சொல்வதற்கு வசதி செய்திருக்கின்றன.) எங்களது பார்ப்பனிய எதிர்ப்பும் திராவிட இயக்கத்தவரின் பார்ப்பன எதிர்ப்பும் ஒன்றல்ல. பார்ப்பனர்களையும் பார்ப்பனியத்தையும் எதிர்த்த ஃபுலெ, அம்பேத்கர், லோகியா ஆகியோரும் தேசவிரோதிகள்தானா? பார்ப்பன எதிர்ப்பு தேசவிரோத, பிரிவினைவாதத்தில் போய் முடியும் என்று மு.

பாவாணன் கூறியுள்ளதன் மூலம் பார்ப்பன – பார்ப்பனிய எதிர்ப்புக்குள்ள வரலாற்றுத் தேவையை மறுத்துவிடுகிறார். வழக்கமான "கம்யூனிஸ்ட்", "மார்க்சிஸ்ட்" வகை தேசபக்தி – தேசிய ஒருமைப்பாட்டு வாதத்தில் மூழ்கிவிடுகிறார்.

'தினமணி'யில் கடந்த ஆறேழு மாதங்களாக நடைபெற்று வரும் 'ஆரிய – திராவிட' விவாதத்தை முடிக்கும் தருவாயில் இக்கட்டுரையைத் 'தினமணி' ஆசிரியர் சேர்த்திருப்பதுதான் இங்குக் கவனிக்கப்பட வேண்டிய விஷயம். அதாவது. இந்த விவாதத்தைப் பார்ப்பனர்களுக்குச் சாதகமாக முடிப்பது தான் 'தினமணி' ஆசிரியரின் நோக்கம். அதை நிறைவேற்றும் பொருட்டுச் சத்யாவிற்கும் ஒரு வாய்ப்புத் தந்திருக்கிறார்.

ஒரு குறிப்பிட்ட பிரச்சினை பற்றிய விவாதம் நாளேட்டில் நடைபெற்று வருகையில் ஒருவரது வாதங்களைப் பிரசுரித்த பிறகுதான் அடுத்தவரது வாதங்களைப் பிரசுரிப்பது மரபு. ஆசிரியரையும் ஆசிரியர் குழுவையும் சார்ந்தவர்களுக்கு மட்டுமே யார் என்ன கட்டுரையை எழுதி அனுப்பியிருக்கிறார் என்பது தெரியும். மூன்றாம் நபருக்கு அல்ல. ஆனால் தமிழவனுக்கு நாங்கள் எழுதிய பதிலை (சிதைத்து) பிரசுரித்த அதே கையோடு சத்யாவிடமிருந்தும் ஒரு பதிலை வாங்கிப் பிரசுரித்திருக்கிறார் தினமணி ஆசிரியர். இதுதான் தமிழவன் கூறும் – நடுநிலை! போலும்!

"தினமணியை அன்றாடம் படிக்கும் லட்சக்கணக்கான வாசகர்களில் சமூக இயல் அணுகுமுறைகளைப் பற்றி கேள்வி ஞானம் உள்ளவர்கள் அதிகம் இருக்க வாய்ப்பில்லை. சாதாரண வாசகர் அறியும் அளவில் விவரிப்பதும் மிக அவசியம் என்று படுகிறது" என்று தொடங்கும் ஆர்.எஸ்.என். சத்யா, "பாமர" வாசகர்களிடம் இல்லாத, "கேள்வி ஞானம்" தன்னிடம் இருப்பதாகக் காட்டிக்கொள்கிறார். பாமர மக்களுக்குப் புரியாத வேத மந்திரங்களைப் பார்ப்பனப் புரோகிதர்கள் ஓதுவதுபோல Formalist, Substantivist, Structuralist என்ற சொற்களையும் சில வெள்ளைக்காரர்கள் பெயர்களையும் உதிர்த்து விட்டுச் செல்கிறார்.

ஆனால் இந்திரா பார்த்தசாரதியிடமும் அவரிடமும் நாங்கள் கேட்ட ஒரு கேள்விக்குக்கூட அவர் பதில் சொல்லவில்லை என்பதை வாசகர்கள் புரிந்து கொள்வர். “ஆரியம் – திராவிடம், சமஸ்கிருதம் – தமிழ் என்ற பாகுபாடுகளே கூடாது, நாம் எல்லோரும் ஒரே (சமஸ்கிருதத்)தாயின் புதல்வர்கள். நம்மிடையே பாகுபாட்டை ஏற்படுத்தியவர்கள் வெள்ளைக்காரர்களும் அவர்களது அடிவருடிகளான பார்ப்பனரல்லாதோர் இயக்கத்தவரும்தான்” என்று தன் வாதத்தைத் தொடங்கினார் சத்யா. பின்னர் அவர் பார்ப்பனியத்தை வெளிப்படையாகத் தூக்கிப் பிடித்துவிட்டதை, இந்திரா பார்த்தசாரதியின் கட்டுரைக்கு நாங்கள் எழுதிய பதில் மீதான அவரது விமர்சனத்தில் காணலாம்.

“பிராமணியத்தின் நல்ல அம்சங்கள்”, “மதிக்கப்பட வேண்டிய நமது Value Systems” (இலட்சியக் கோளங்கள்) என்பன பற்றி அவர் இப்போது பேசுகிறார். அந்த “நல்ல அம்சங்கள்” யாவை, “மதிக்கப்பட வேண்டிய மதிப்பீடுகள்” யாவை என்பதை அவர் ஏனோ சொல்லாமல் விட்டுவிட்டார். ரோமிலா தாப்பர், புத்தர், மகாவீரர் என்று பேசி வந்தவர் இப்போது “வர்ணாஸ்ரம தர்மத்தில் உள்ள பொருளியல் அம்சங்களை மறுத்து விட்டு அதைச் சித்தாந்தமாகப் பார்ப்பவர்கள். இப்படிச் சித்தாந்தமாகப் பார்ப்பவர்கள் தம்மை அதே சமயம் மார்க்சியவாதிகளாகவும் பிரகடனம் செய்து கொள்கின்றனர்” என்று எங்களைப் பற்றிய விமர்சனம் செய்கிறார். தான் ‘வர்ணாஸ்ரம தர்மத்தை’ ஆதரிப்பவர்தான் என்பதைச் சத்யா ஒப்புக் கொள்கிறார். நாங்கள் எங்கள் கட்டுரைகளில் எங்குமே ‘மார்க்சியவாதிகள்’ என்று கூறிக் கொள்ளவில்லை. அப்படிக் காட்டிக் கொண்டவர் சத்யாதான். நாங்கள் பார்ப்பனியத்தை ஒரு பொருளியல் சக்தியாகவும் சித்தாந்தச் சக்தியாகவும் பார்க்கிறோம். இன்று நிலவும் உற்பத்தி உறவுகள், அவற்றின் காரணமாக ஏற்பட்டுள்ள சமூக உறவுகள், இந்த உற்பத்தி உறவுகள், சமூக உறவுகள் ஆகிய இரண்டையும் நியாயப்படுத்தும் தலையாய சித்தாந்தமான பார்ப்பனியம் ஆகிய அனைத்துமே தகர்க்கப்பட வேண்டும் என்று கூறுபவர்கள் நாங்கள்.

சாதி ஒழிப்பு என்பதே ஒரு சித்தாந்தம்தான்; ஒரு மாயைதான்

என்று கூறுவது; பார்ப்பனியத்தையும் வர்ணாஸ்ரம தர்மத்தையும் தூக்கிப்பிடிப்பது; பிறகு திடீரென மார்க்சிய அவதாரம் எடுத்து “மெய்நிலைவாதிகளான” (இதற்கு என்ன பொருளோ சத்யாவுக்குத்தான் வெளிச்சம்) எஸ்.வி. ராஜதுரையும் வ. கீதாவும் “வர்க்க உணர்வைப் பின்னுக்குத் தள்ளிவிட்டு ஜாதியின் இன உணர்வையே மெய்யான சித்தாந்தம் எனப் போற்றுவதாகக்” குற்றம் சாட்டுவது – இதுதான் சத்யா! சாதியத்திற்கும் வர்க்கத்திற்குமிடையே உள்ள உறவு பற்றிக் கோஸாம்பி கூறியுள்ளவை இவருக்குத் திடீரென்று மறந்து போய்விட்டது போலும்!

தமிழவன் ஸ்ட்ரக்சுரலிசம் பற்றி ஒரு புத்தகம் எழுதியிருக்கிறார். ஆனால் அவர் ‘தினமணி’யில் எழுதிய கட்டுரைக்கும் ஸ்ட்ரக்சுரலிசத்துக்கும் எந்தச் சம்பந்தமுமில்லை. அதில் இருப்பது ஒரே ஒரு இசம்தான் – பார்ப்பனிசம். அதைத்தான் சத்யாவும் தனது புரோகித மொழியில் கூறுகிறார் : “கட்டமைப்பு சிந்தனாவாதிகள் (தமிழவன்கள்) பாரம்பரிய சிந்தனாவாதிகளை (சத்யா போன்ற பார்ப்பனிய ஆதரவாளர்களை) மதிக்கும் அளவில் மெய்நிலைவாதிகளை (எஸ்.வி. ராஜதுரை, வ. கீதா போன்றவர்களை) மதிப்பது இல்லை.”

சத்யாவுக்கும் தமிழவனுக்கும் தெரிந்த அளவிற்குக் கட்டமைப்புச் சிந்தனை பற்றியும் கட்டமைப்புச் சிந்தனையாளர்கள் பற்றியும் எங்களுக்குத் தெரியாது. ஆனால் லூயிதுமோ என்பவரும் கட்டமைப்புச் சிந்தனையாளர்தான் என்பதையும் அவர் எழுதியுள்ள Homo Hierarchicus என்ற நூல் இந்தியாவிலுள்ள சாதியமைப்பு எவ்வாறு செயல்படுகிறது என்பதை நுணுக்கமாக விவரிக்கிறது என்பதையும் ஓரளவு அறிவோம். சாதியமைப்பு பற்றிய புரிதலுக்கு இது ஒரு இன்றியமையாத நூல். ஆனால் சாதியும் வர்க்கமும் எவ்வாறு தொடர்பு கொண்டுள்ளன என்பதை லூயி துமோ சரியாக விளக்குவதில்லை. சாதி உயர்வு – தாழ்வுக்கு ஒவ்வொரு சாதிக்குமுள்ள சடங்குரீதியான அந்தஸ்து (ritual status) பற்றிப் பேசும் அவரிடம் பொருள் உற்பத்தி முறை, உற்பத்தி, விநியோகம் ஆகியவற்றில் சாதி வகிக்கும் பாத்திரம் ஆகியன பற்றிய சரியான விளக்கம் இல்லை. மேலும்,

சாதியக் கட்டமைப்பு என்றுமே மாறாதது என்ற எண்ணத்தை ஏற்படுத்தி விடுகிறார். ஆனால் "மாறாத்தன்மையுடையது" என்று மார்க்சியவாதிகள் எதனையும் கருதுவதில்லை. சத்யா குறிப்பிடும் மாரிஸ் கோடலியர், ஒரு மார்க்சியக் கட்டமைப்புச் சிந்தனாவாதி (Marxist structuralist). இவர் இந்தியச் சாதியமைப்பைப் பற்றி லூயி துமோவைப் போல ஏதேனும் நூல் எழுதியிருக்கிறாரா என்பது தெரியவில்லை.

எது எப்படியிருப்பினும், கட்டமைப்புச் சிந்தனாவாதிகள் தனக்கு நெருக்கமானவர்கள் என்று சத்யா கூறுவதற்குப் பொருளில்லாமல் இல்லை. அவர் கூறுகிறார்: "கட்டமைப்புவாதிகளின் கணக்குப்படி தலித்துகளின் பிரபஞ்சம் வேறு. பிராமணியப் பிரபஞ்சம் வேறு. பிராமணிய சித்தாந்த எதிர்ப்பு தலித்களின் விடுதலைக்கு உதவாது என்பது கட்டமைப்புவாதிகளின் கொள்கை."

'கட்டமைப்பு சிந்தனாவாதிகள்' என்று சத்யா குறிப்பிடுவது தமிழவன்களைத்தான் என்றால் அவரது கூற்று முற்றிலும் சரியே. தலித்கள் மீதான ஒடுக்குமுறைக்கும் பார்ப்பனர்களுக்கும் தொடர்பில்லை என்பதைத்தான் சத்யாவும் தமிழவனும் முறையே Formalist, Structuralist மொழிகளில் கூறியிருக்கின்றனர். "தூய்மை" இருந்தால்தான் "தீட்டும்" இருக்க முடியும் என்பதை இவர்கள் மறுக்கின்றனர்.

சாதி, இனம், மொழி குறித்த விவகாரங்கள் அல்லது விவாதங்கள் "என்ன Contextஇல் வெளிப்படுகின்றது என்பதுவே முக்கியம்" என்று சத்யா எழுதுகிறார். எந்தச் சூழலில், யார், எதற்காக இவற்றைத் தொடக்கி வைத்தனர் என்பதை நாம் முன்னுரையில் விளக்கியுள்ளோம்.

தனது கடிதத்தின் (கட்டுரையின்) கடைசிப் பத்தியில் சத்யா கூறும் கருத்துகள் நமக்குச் சொல்வதென்ன? கிறிஸ்துவர்களாக மதம் மாறியவர்களிடமும் பார்ப்பனியப் பண்பாடும் சாதியமும் தொற்றிக் கொள்கிறது என்பதுதான். நாம் அதை மறுக்கவில்லை. பார்ப்பனியம் அத்தனைச் சக்தி வாய்ந்தது. "இன்று கிறிஸ்துவ மதபோதகர்கூட மகரிஷி, சாஸ்திரியார் போன்ற பிராமணிய அடைமொழிகளைப் பெயருடன் சேர்த்துக் கொள்வதைப்

பார்க்கலாம்!" என்று சத்யா வேண்டுமானால் பெருமைப்பட்டுக் கொள்ளலாம். சூத்திர – தலித் கிறிஸ்துவர்களுக்கு அப்படிப் பெருமைப்பட்டுக் கொள்ள ஏதும் இல்லை.

சுருக்கமாகச் சொல்லப்போனால் கோஸாம்பியையும் சங்கராச்சாரியாரையும் இணைத்து வைக்க முயற்சி செய்திருக்கிறார் சத்யா.

தேசபக்தியும் ஒடுக்குமுறையும்

டாக்டர் கே. பாலகோபாலுடன் ஒரு நேர்காணல்

(டாக்டர் கே. பாலகோபால், ஆந்திராவிலுள்ள குடியுரிமை அமைப்பான 'ஆந்திரப் பிரதேசக் குடியுரிமைப் பாதுகாப்புக் குழு'வின் (ஏ.பி.சி.எல்.சி.) பொதுச் செயலாளர்; இந்தியா முழுவதிலும் அறிமுகமாகியுள்ள சிறந்த அரசியல் விஞ்ஞானி; சமூக ஆய்வாளர்; புரட்சிகரச் சிந்தனையாளர். ஆந்திராவில் தலித்துகள், பழங்குடியினர், பெண்கள், குழந்தைகள், ஒடுக்கப்பட்ட மக்கள் ஆகியோர் மீது ஆந்திர அரசாங்கம் மத்திய அரசின் துணையுடன் கொடுமையான அடக்குமுறைகளைக் கட்டவிழ்த்து விட்டுள்ளது. இவற்றை அம்பலப்படுத்தவும் ஒடுக்குமுறைக்கு எதிராக இந்தியா முழுவதிலுமுள்ள ஜனநாயகச் சக்திகளை ஒன்றுதிரட்டவும் அவரது அமைப்பும் ஆந்திராவிலுள்ள மற்றொரு குடியுரிமை அமைப்பான ஓ. பி. டி. ஆர். என்பதும் முனைந்து செயல்படுகின்றன. இச்செயல்பாட்டினையொட்டி டாக்டர் கே. பாலகோபால் 21-2-92 அன்று சென்னையில் பத்திரிகையாளர் கூட்டத்தில் பேசினார். அதற்கு முன்பாகப் பாட்டாளி மக்கள் கட்சி பற்றியும் 'தினப் புரட்சி' பற்றியும் நண்பர்களிடமிருந்து கேட்டுத் தெரிந்து கொண்ட அவர், 'தினப்

புரட்சிக்கெனத் தனியாக நேர்காணலுக்கு இசைவு தந்தார். அந்த நேர்காணலை நிகழ்த்தி, அவரது கருத்துகளைத் தமிழாக்கம் செய்து வழங்குபவர்கள் வ. கீதா, எஸ். வி. ராஜதுரை – ஆசிரியர்.)

கேள்வி: ஆந்திரப் பிரதேசத்தில் நடைபெறும் மனித உரிமை மீறல்கள் மிகவும் கவலை தரக்கூடியவையாக இருப்பதால் நீங்கள் ஏ.பி.சி.எல்.சி. சார்பாக இந்தியா முழுவதிலும் விளக்கக் கூட்டங்களை நடத்தி வருகிறீர்கள். இப்பொழுது ஆந்திராவில் உள்ள நிலைமை முன்பை விட மோசமாகியுள்ளதா? எந்தெந்த வகைகளில்?

பதில்: மனித உரிமை மீறல் என்ற விஷயம் ஆந்திராவில் மட்டுமல்லாது இந்தியாவின் பிற மாநிலங்களிலும் மிகவும் அதிகரித்து வருகிறது. இந்திய அரசின் "ஜன நாயகத்தன்மை" மிக வேகமாக குறைந்து வருகிறது. இந்த மனித உரிமை மீறல் என்பது நேரடியான போலீஸ் ஒடுக்குமுறையுடன் நின்றுவிடுவதில்லை. மக்களையும் மக்கள் இயக்கங்களையும் எதிர்கொள்கையில் இந்திய அரசின் பண்பாட்டு, சித்தாந்த ஒடுக்குமுறையும் அதிகரித்து வருகிறது. நிலைமை மிகவும் மோசமடைந்து வருவதால் மனித உரிமை அமைப்புகள் உடனடியாக நடவடிக்கைகள் எடுக்க வேண்டியுள்ளது.

கேள்வி: இப்பொழுது இந்திய அரசு, இந்த அளவிற்கு மோசமானதாகிப் போனதற்குக் குறிப்பிட்ட காரணங்கள் இருக்கின்றனவா?

பதில்: ஆம் குறிப்பிட்ட காரணங்கள் இருக்கின்றன. சுதந்திரத்திற்குப் பிறகு இருபதாண்டுக் காலம், இந்திய அரசு ஏதோ ஒரு வகையில் தமது பிரச்சினைகளைத் தீர்த்து வைக்கும் என்ற நம்பிக்கையும் எதிர்பார்ப்பும் மக்களிடையே இருந்து வந்தது. அவர்களது பிரச்சினைகள் உடனடியாக இல்லா விட்டாலும் சிறிது

காலம் கழித்தாவது தீர்க்கப்படும் என்ற நம்பிக்கை அவர்களிடம் இருந்தது. இந்த நம்பிக்கைகளையும் எதிர்பார்ப்புகளையும் மேட்டுக் குடியினருக்கு மட்டுமே சாதகமான முறையில் இந்திய அரசு ஓரளவு பூர்த்தி செய்தது. ஆனால் இந்த மேட்டுக் குடியினர் மத்தியிலும் இந்திய ஆளும் வர்க்கங்கள் மத்தியிலும் போட்டியும் பூசலும் முரண்பாடுகளும் தோன்றியுள்ளன.

இதன் காரணமாக இந்திய மக்களுக்கு இவர்கள் மேல் உள்ள நம்பிக்கையும் குறைந்து வந்துள்ளது. இதற்கான காரணங்கள் மிகவும் சிக்கலானவை; இவை பல்லாண்டுகளாகவே வளர்ந்து வரும் சமூக, பொருளாதாரக் காரணங்களாகும். இவற்றின் இறுதி விளைவு என்னவென்றால் "தேசபக்தி" என்று சொல்லப்படுகிற விஷயம் தோல்வியடைந்துள்ளதுதான். இந்திய அரசு விரும்புகிற வகையில் யாருமே "தேச பக்தர்"களாக இருப்பதில்லை. அதாவது இப்போதுள்ள அமைப்புடன் யாருமே தம்மை ஒன்றிணைத்துக் கொள்ள விரும்புவதில்லை. இந்தச் சூழ்நிலையில் இந்திய அரசுக்குள்ள ஒரேவழி மென்மேலும் ஒடுக்குமுறையைக் கையாள்வதுதான்; எதேச்சதிகார அரசாக மாறுவதுதான்.

கேள்வி: பஞ்சாப், அஸ்ஸாம், காஷ்மீர் ஆகிய மாநிலங்களில் இந்திய அரசு சந்திக்கும் சவால்கள், அரசின் ஒடுக்குமுறையை அதிகரித்துள்ளனவா?

பதில்: இந்த மாநிலங்களில் உருவாகியுள்ள பிரச்சினைகள் இந்திய அரசுக்கு ஏற்பட்டுள்ள நெருக்கடியின் வெளிப்பாடுதான். இந்த மாநிலங்களில் மக்கள் போராட்டங்கள் போர்க்குணமிக்கதாக இருப்பதால் இந்திய அரசின் ஒடுக்குமுறையும் எதேச்சதிகாரமும் அதிகரித்துள்ளன. இத்தகைய, போர்க்குணமிக்க எதிர்ப்பியக்கங்களை இந்திய அரசு சிறிது கூடப் பொறுத்துக் கொள்ளாது என்பது தெளிவாகியுள்ளது.

கேள்வி: இத்தகையதொரு சூழ்நிலையில் மனித உரிமைகளைப் பாதுகாப்பதற்கான இயக்கங்கள் "நடுநிலை" வகிக்க முடியுமா? அதாவது இங்கு மனித உரிமை மீறல்களை – குறிப்பாக மணிப்பூர், காஷ்மீர், நாகாலந்து போன்ற இடங்களில் நடைபெறும் மனித உரிமை மீறல்களை – அவற்றின் அரசியல் பின்னணியோடு தொடர்புபடுத்திப் பார்க்காமல் இருக்க முடியுமா?

பதில்: "மனித உரிமை பாதுகாப்பு" என்ற கருத்தே அரசியல்தன்மை வாய்ந்ததுதான். மனித உரிமைப் பாதுகாப்பு என்பது ஒடுக்குவோர்க்கு எதிராக ஒடுக்கப்படுவோர்க்குச் சார்பாகவும், அரசுக்கு எதிராகக் குடிமக்களுக்குச் சார்பாகவும், வலியோர்க்கு எதிராக எளியோர்க்குச் சார்பாகவும் நிற்பதுதான். இது ஒருவகையான அரசியல்தான். ஆனால் வேறொரு அரசியலும் இருக்கிறது. அது குறிப்பிட்ட குறிக்கோள்கள், வேலைத் திட்டங்கள், அவற்றை அடைவதற்கான வழிமுறைகள், சித்தாந்தவகள் ஆகியவற்றுடன் சம்பந்தப்பட்டது. "மனித உரிமைப் பாதுகாப்பு" என்ற அரசியல் இந்த இரண்டாம் வகை அரசியல் அல்ல. இத்தப் பாகுபாட்டை நான் எப்போதும் செய்து வந்துள்ளேன். பரந்துபட்ட அளவில் மனித உரிமைப் பாதுகாப்பு இயக்கத்தை உருவாக்க வேண்டுமென்றால் இந்தப் பாகு பாட்டை நாம் கருத்தில் கொள்ள வேண்டும்.

(மண்டல் பரிந்துரை ஏற்படுத்திய தாக்கம் குறித்து டாக்டர் பாலகோபால் இங்கு விவரிக்கிறார்)

கேள்வி : மனித உரிமைப் பாதுகாப்பு என்ற பிரச்சினையில் உங்களுக்குள்ள அக்கறை நன்கு தெரிந்ததே. ஆனால் நீங்கள் வேறு சில விஷயங்கள் பற்றியும் எழுதியும் பேசியும் வருகிறீர்கள். குறிப்பாக மண்டல் குழு பரிந்துரையைப் பற்றி நடந்த விவாதங்களில் பங்கேற்று நீங்கள் எழுதிய கட்டுரைகள் மிகவும் முக்கியம்

வாய்ந்தவையாக இருந்தன. இது தொடர்பாகச் சில கேள்விகள் கேட்க விரும்புகிறோம்.

முதலாவதாக, மண்டல் குழுப் பரிந்துரைகளை எதிர்த்தவர்கள் முன்வைத்த முக்கிய விமர்சனம், அப்பரிந்துரைகள் நிறைவேற்றப்பட்டால், நில உடைமையாளர்களாக விளங்கும் பிற்பட்ட சாதியினரின் அதிகாரத்தை வலுப்படுத்தும், தாழ்த்தப்பட்ட சாதியினரின் மீது அவர்களது ஒடுக்குமுறையை அதிகரிக்கும் என்பதாகும். இதுபற்றிய உங்கள் கருத்து என்ன?

பதில்: முதலாவதாக சாதி ஒடுக்குமுறை என்பதைத் தனியொரு வகையான விஷயமாக (Seperate Category) நாம் பார்க்க வேண்டும். அதாவது, பொருளாதார, உற்பத்தி, நிலவுடைமை உறவுகள் தொடர்பான ஒடுக்குமுறை என்ற விஷயத்திலிருந்து வேறுபடுத்திப் பார்க்க வேண்டும். பீகார் போன்ற மாநிலங்களில் நிலப்பிரபுக்களில் ஒரு பகுதியினர் பிற்பட்ட சாதியினராக உள்ளனர். இவர்களுக்கு எதிராக நிலமற்ற விவசாயிகள், விவசாயத் தொழிலாளர்கள் போராடியே தீருவர். ஆனால் சாதி அடிப்படையில் பார்க்கும்போது இந்தப் பிற்படுத்தப்பட்ட சாதியினரும் கூடப் பண்பாட்டு, கல்வி, வேலைவாய்ப்பு உரிமைகள் மறுக்கப்படும் நிலையிலேயே உள்ளனர். நிலமற்ற தலித், பீகாரிலுள்ள குர்மி சாதியைச் சேர்ந்த ஒரு நிலவுடைமையாளனை எதிர்ப்பது நியாயமான விஷயம்தான். அந்த நிலவுடைமையாளன் குர்மி சாதியைச் சேர்ந்தவன் என்பதற்காக அவனை எதிர்க்கக் கூடாது என்று யாரும் கூறமாட்டார்கள். ஆனால் இதே குர்மி நிலவுடைமையாளனின் மகனோ மகளோ பார்ப்பனர்கள், காயஸ்தர்கள், ராஜபுத்திரர்கள் போன்றவர்களைப் போல ஐ.ஏ.எஸ். அதிகாரியாக ஆக வேண்டும் என்று விரும்பினால் அது அவனது/ அவளது அடிப்படையான உரிமையாகும். மண்டல்

பரிந்துரைகளை எதிர்ப்பவர்கள் இந்த உண்மையைக் காண மறுக்கின்றனர்.

இரண்டாவதாக, இந்தியா முழுவதையும் எடுத்துக் கொண்டால் நிலவுடைமையாளரில் பெரும்பான்மை யினர் பிற்படுத்தப்பட்ட சாதிகளைச் சேர்ந்தவர்கள் என்று கூறுவது முற்றிலும் தவறானது. பீகார், கிழக்கு உ.பி. போன்ற இடங்களில் மட்டுமே கணிசமான அளவில் பிற்படுத்தப்பட்ட சாதியினர் நிலவுடைமையாளர்களாக இருக்கின்றனர். ஆந்திரா, கர்நாடகம் ஆகிய இடங்களுக்கு இது பொருந்தாது. தமிழ்நாட்டில் எப்படியோ எனக்குத் தெரியாது. ஆனால் பீகார், கிழக்கு உ.பி. நிலைமைகளை இந்தியா முழுவதற்குமான நிலைமைகளாகக் காட்ட முயற்சிப்பது தவறானது.

கேள்வி: மண்டல் பரிந்துரைகளைப் பற்றிய மற்றொரு விமர்சனமும் செய்யப்பட்டது, அதாவது, தமிழ் நாட்டைப் பொருத்தவரை பிற்படுத்தப்பட்ட சாதியினரைச் சேர்ந்தவர்கள் ஏற்கனவே சலுகைகள் பெற்றுப் படித்து, வேலைவாய்ப்புகள் பெற்றுத் திராவிடக் கட்சிகளின் அரசாங்கங்களின் கீழ் ஆட்சித் துறையிலும் இடம் பெற்றுள்ளனர். இனியும் தொடர்ந்து அவர்களுக்கு ஏன் சலுகைகள் தரப்பட வேண்டும் என்பதுதான் அந்த விமர்சனம். இதுபற்றி உங்கள் கருத்து என்ன?

பதில்: இவ்வாறு சலுகை பெற்றவர்களின் சாதிகளைச் சேர்ந்த ஏழை மக்கள் இந்த விமர்சனத்தைச் செய்வார்களேயானால் அந்த விமர்சனம் நேர்மையானது, அர்த்தமுள்ளது. ஆனால் பார்ப்பனர்களுக்கும் பிற உயர்சாதியினருக்கும் இந்த விமர்சனம் செய்ய உரிமையில்லை; அதில் நேர்மையும் இல்லை. மேலும், பிற்படுத்தப்பட்ட சாதியினரை எடுத்துக் கொண்டால், அவர்களில்

ஒரு சில சாதியினர் மட்டுமே இந்த சலுகைகளைப் பயன்படுத்தித் தம்மை மேம்படுத்திக் கொண்டனர். தவிரவும், பிற்படுத்தப்பட்ட சாதியினருக்கு ஒதுக்கப்பட்ட "கோட்டா" பல இடங்களில் எல்லாச் சமயங்களிலும் பூர்த்தி செய்யப்படுவதில்லை. இத்தகையதொரு வரலாற்றுச் சூழ்நிலைமையில் பிற்படுத்தப்பட்ட சாதியினர் சலுகைகள் பெறுவது ஒரு தலைமுறையோடு மட்டும் நின்றுவிட வேண்டும் என்று கூறுவது நியாயமானதல்ல. நான் ஏற்கனவே கூறியது போல இத்தகைய விமர்சனத்தைப் பிற்படுத்தப்பட்ட சாதியினரில் உள்ள ஏழைகள் கூறினால் அது நியாயமானது.

கேள்வி: சாதி ஒடுக்குமுறை என்பதைத் தனி வகையான ஒடுக்குமுறை என்று பார்க்க வேண்டும் என்று சற்று முன் கூறினீர்கள். அப்படியென்றால் பிற்படுத்தப்பட்ட சாதியினர் – தலித்துகள் ஆகியோருக்கிடையே நிலவும் முரண்பாட்டை நாம் எவ்வாறு புரிந்து கொள்வது? ஒட்டுமொத்தமான சாதி அமைப்பு, அந்த அமைப்பில் பார்ப்பனர்கள் வகிக்கும் பங்கு, பார்ப்பனியம் செயல்படும் விதம் போன்ற விஷயங்களோடு இந்த முரண்பாட்டைத் தொடர்புபடுத்திப் பார்ப்பது எப்படி?

பதில்: சாதி ஒடுக்குமுறை என்று வரும்போது தலித்துகள் மட்டுமின்றிப் பிற்படுத்தப்பட்ட சாதியினரும் ஒடுக்கப்படுகின்றனர். எனவே பிற்படுத்தப்பட்ட சாதியினர், தலித்துகள் ஆகியோரின் ஒருங்கிணைந்த போராட்டம் அவசியமாகிறது. இவ்வாறு பிற்படுத்தப்பட்ட சாதியினரும் தலித்துகளும் இணைந்து போராடாவிட்டால் பார்ப்பனியத்தை, அது எந்த வடிவத்தில் இருந்தாலும் சரி, எதிர்கொள்ள முடியாது. பிற்படுத்தப்பட்ட சாதியினர், தலித்துகள் ஆகியோருக்கிடையே முரண்பாடுகள் நிலவும் சூழ்நிலைகளில் அந்த முரண்பாடுகளை அடையாளங்

கண்டு அவற்றைத் தீர்க்க முயற்சிகள் எடுக்கப்பட வேண்டும். பிற்படுத்தப்பட்ட சாதியினர், தலித்துகள் ஆகியோரின் ஒற்றுமைக்கான முயற்சிகளும் எடுக்கப்பட வேண்டும். ஆந்திராவைப் பொறுத்தவரை தலித் இயக்கங்கள் தலித் மக்களை உள்ளடக்கிய இயக்கங்களாக மட்டும் இருந்த நிலைமை இப்போது மாறி வருகிறது. இந்த இயக்கங்கள் பிற்படுத்தப்பட்ட சாதியினரின் பிரச்சினைகளையும் எடுக்கத் தொடங்கியுள்ளன. அச்சாதியினரைத் தமது இயக்கங்களுக்குள் கொண்டுவர முயற்சிகளை மேற்கொண்டு வருகின்றன. மண்டல் குழு பரிந்துரைகள் பிற்படுத்தப்பட்ட சாதியினரின் நலன்களை முன்நிறுத்திய போதிலும் தலித் மக்களை மட்டுமே உள்ளடக்கிய தலித் இயக்கங்கள் மண்டல் குழுப் பரிந்துரைகளை நடைமுறைப்படுத்துமாறு போராட்டங்களை மேற்கொண்டன, இந்த வகையில் பகுஜன் சமாஜ் கட்சியின் முயற்சிகள் பாராட்டத்தக்கவை. அக்கட்சியின் ஒட்டு மொத்தமான அரசியல் பார்வையில் சில கோளாறுகள் இருக்கும் போதிலும், பிற்படுத்தப்பட்ட சாதியினர், தலித்துகள் ஆகியோரை ஒருங்கிணைக்கும் முயற்சிகளில் அக்கட்சி ஈடுபட்டுள்ளது வரவேற்கத்தக்கதுதான்.

அடுத்து, பிற்படுத்தப்பட்ட சாதியினர் – தலித்துகள் ஆகியோருக்கிடையே நிலவும் முரண்பாட்டை எடுத்துக் கொள்வோம். ஆந்திராவில் இந்தப் பிரச்சினை இல்லை. அங்கு நிலவுடமையாளராக இருப்பவர்கள் ‘சத் – சூத்திரர்’களான ரெட்டிகளும் கம்மாக்களும்தான். இவர்கள் உயர்சாதி இந்துக்கள்; பிற்பட்ட சாதியினர் அல்ல, நான் முன்பு கூறியதுபோல், பிற்பட்ட சாதியினர் தலித்துகள் ஆகியோருக்கிடையே நிலவும் முரண்பாடு பீகார், கிழக்கு உ.பி., ஆகிய இடங்களில்தான் அதிகம் காணப்படுகிறது .

கேள்வி: இனி, தமிழ்நாட்டுக்கு வருவோம்; சென்ற ஆண்டு நடந்து முடிந்த தேர்தல்களில் தி.மு.க. தோல்வியடைந்ததன் விளைவாக இரண்டு பிரச்சினைகள் தோன்றியுள்ளன. ஒருபுறம் அதிதீவிர பார்ப்பனியம் தலைதூக்கியுள்ளது. மறுபுறமோ திராவிட கட்சிகள்– தி.க., தி.மு.க. – பிற்படுத்தப்பட்ட சாதிகளைச் சேர்ந்த மேட்டுக் குடியினரின் நலன்களை மட்டுமே முன்நிறுத்தி இயங்கி வந்துள்ளன; இச்சாதிகளைச் சேர்ந்த நலிந்த பிரி வினரையும் தலித்களையும் தி.க., தி.மு.க. புறக்கணித்து வந்துள்ளன என்பது போன்ற குற்றச்சாட்டுகளும் எழுப்பப்பட்டு வருகின்றன. இதுபற்றி உங்கள் கருத்து?

பதில்: தமிழ்நாட்டைப்பற்றி எனக்கு அதிகம் தெரியாது. ஆனால் இந்தப் பிரச்சினைகளைத் திராவிடர் கழகமோ, தி.மு.க.வோதான் தீர்த்து வைக்க வேண்டும். என்ற கட்டாயம் இல்லை. இப்பிரச்சினைகளைக் கையாள வேறு சில புதிய கட்சிகள், அமைப்புகள் முன் வரலாம். ஆந்திராவில் நீதிக்கட்சி மட்டுமே இயங்கி வந்தது. அது பார்ப்பனரல்லாத மேட்டுக்குடி மக்களின் கட்சியாக இருந்தது. ஆனால் தமிழ்நாட்டில் உண்மையான, மக்கள் சார்புடைய, பார்ப்பனரல்லாதோர் இயக்கம் – திராவிடர் கழகம் – தோன்றி வளர்ந்தது. இன்று ஆந்திராவில் பிற்படுத்தப்பட்ட சாதியினர் தலித்துகள் ஆகியோரின் ஒற்றுமைக்காக அன்றிருந்த நீதிக்கட்சிதான் பாடுபட வேண்டும் என்று யாரும் கூறுவதில்லை. தலித்து இயக்கங்களே இந்தப் பணியை செய்து வருகின்றன. கடந்த காலத்தில் ஒரு சில பிரச்சினைகள் திர்த்து வைக்கப்படவில்லை, எனவே அவற்றை இனி தீர்த்து வைக்க முடியாது என்று கூறுவது அபத்தம்.

கேள்வி: சாதி ஒழிப்புப் போராட்டமும், வர்க்கப் போராட்டமும் ஒரே சமயத்தில் நடத்தப்பட வேண்டும் என்று நீங்கள் கூறியுள்ளீர்கள். இதைப் பற்றி சிறிது விளக்கமாக, தகுந்த உதாரணங்களுடன் கூறுங்களேன்.

பதில்: இந்தியாவிலுள்ள மார்க்சியவாதிகள் சாதி என்ற விஷயத்தை சரிவரப் புரிந்து கொள்ளவேயில்லை. சாதி என்பது, வரலாறு நெடுகவே பொருளாதார அமைப்புடன், உற்பத்தி உறவுகளுடன் தொடர்புடைய விஷயமாக இருந்துள்ளது என்ற கருத்து இப்போதுதான் பேசப்பட்டு வருகிறது. சாதி அமைப்பு உற்பத்தி உறவுகளைக் குறிக்கும் அமைப்புதான். இந்திய வரலாற்றை எடுத்துக் கொண்டால், சாதி, வர்க்கம் என்று நம்மால் பிரித்துப் பார்க்கவே முடியாது. இன்றும் நிலைமை அப்படித்தான். மார்க்சியம் உற்பத்திச் சாதனங்களைப் பற்றி விளக்குகிறது. இந்தியச் சூழ்நிலையில் ஒருவருக்கு இருக்கக்கூடிய, ஒருவர் பெறக்கூடிய. உற்பத்திச் சாதனங்கள் யாவை என்ற கேள்வி எழும்போது, அவரது சாதி என்ன என்று கூறுங்கள், அதை வைத்துக் கொண்டுதான் அவருக்குரிய உற்பத்திச் சாதனங்கள் யாவை என்று கூறமுடியும் என்ற பதில் கிடைக்கிறது.

உதாரணத்துக்கு ஒரு கிராமத்துச் சலவைத் தொழிலாளியை எடுத்துக்கொள்வோம். அவருக்குரிய உற்பத்திச் சாதனம் "வண்ணான்துறை" தான். அல்லது நாவிதரை எடுத்துக் கொள்ளுங்கள். அவருக்குரிய சாதனம் அவரது கத்திதான். சலவைத் தொழிலாளியோ, நாவிதரோ, வேறு உற்பத்திச் சாதனங்களைப் பெற விரும்பினால் போராடியே தீரவேண்டும்

இட ஒதுக்கீடுகள், சலுகைகள் ஆகியவற்றின் மூலம் விரும்பிய உற்பத்திச் சாதனங்களைப் பெறப் போராட்டங்களை மேற்கொள்ள வேண்டும். இதுதான் இன்று இந்தியா முழுவதிலுமுள்ள நிலை. இவ்வகையில் சாதி அமைப்பு உற்பத்தி உறவுகளை உள்ளடக்கிய அமைப்புதான். பல இடங்களில் சாதியும் வர்க்கமும் பிரிக்க முடியாத வகையில் இணைந்தே காணப்படுகின்றன.

வர்க்கம் என்பதைப் பொருளாதார அந்தஸ்து என்ற விஷயத்திற்கு நாம் குறுக்கிவிட்டாலும்கூட அப்போதும் வர்க்கமும் சாதியும் இணைந்தே இருப்பதைக் காணலாம். பொருளாதாரரீதியில் ஒடுக்கப்படுபவரில் பெரும்பான்மையோர் பிற்பட்ட சாதியினரே.

நாம் உழைக்கும் மக்களிடையே, அவர்களும் "உற்பத்தியாளர்கள்", "படைப்பாளிகள்" என்ற உணர்வை வளர்க்க வேண்டும் என்றெல்லாம் பேசுகிறோம். சாதாரண மக்களோ தம்மை, வண்ணான், நாவிதன், பள்ளன், பறையன் என்று அடையாளம் காட்டிக் கொள்வர். ஆனால் இவ்விரண்டு உணர்வுகளும் ஒன்றுக்கொன்று முரண்பட்டவை அல்ல. தன்னை ஒரு நாவிதராகக் கூறிக்கொள்பவர், ஒரு குறிப்பிட்ட பணியை, சமுதாயத்திற்குத் தேவையான பணியைச் செய்பவராகத் தம்மை காட்டிக் கொள்கிறார். மார்க்சியவாதிகள் இதைப் புரிந்து கொள்ள ஏனோ மறுத்து வந்துள்ளனர். குயவர், வண்ணார், நாவிதர் – இவர்களது தனிப்பட்ட சாதி அடையாளங்களின் அடிப்படையில் பாட்டாளி வர்க்க அடையாளத்தைக் கட்டி எழுப்ப முடியும். ஏனெனில் இந்தச் சாதி அடையாளங்கள் குறிப்பிட்ட சாதியைச் சேர்ந்த ஒருவரது குறிப்பிட்ட உழைப்பைக் குறிக்கின்றன,

இங்கும் கூடப் பல்வேறு சாதிகளுக்கிடையே முரண்பாடுகள் தோன்றலாம். ஆனால் அவற்றை அடையாளங்கண்டு அவற்றைக் களைந்தெறியப் போராட வேண்டும். இவ்வாறு போராடவும் முடியும். தலித் இயக்கங்கள் இதைத்தான் செய்துள்ளன. சாதி அடையாளத்தின் அடிப்படையில் பாட்டாளி வர்க்க உணர்வை எவ்வாறு வளர்த்தெடுக்க முடியும் என்பதற்குத் தலித் இயக்கங்கள் நல்ல எடுத்துக்காட்டுகள். "உற்பத்தியாளன்", "பாட்டாளி"

என்று பொதுவாகப் பேசிக் கொண்டிருப்பதற்குப் பதில், இருக்கும் நிலைமைகளிலிருந்து செயல்படும் அவசியத்தைத் தலித் இயக்கங்கள் சுட்டிக்காட்டியுள்ளன

கேள்வி: சாதியமைப்பை ஒழிக்க முற்படும் எந்தவொரு போராட்டமும் பார்ப்பனியத்தை முறியடிக்க வேண்டும். இப்போதுள்ள சமூக - அரசியல் சூழலில் பார்ப்பனர்கள் என்ன பங்கு வகிக்கின்றனர்? பார்ப்பனியத்தின் மாறி வரும் வடிவங்கள், தன்மைகள் ஆகியன பற்றி உங்களால் விளக்கிக் கூற முடியுமா?

பதில்: நீங்கள் கேட்ட முதல் கேள்வியுடன் தொடர்புடைய கேள்வி இது. இந்திய அரசின் எதேச்சதிகாரமும் ஒடுக்குமுறையும் நேரடியான போலீஸ் ஒடுக்குமுறை மூலம் மட்டும் வெளிப்படுவதில்லை. பண்பாட்டு, சித்தாந்த ஒடுக்குமுறைகள், மிகவும் மோசமான, பிற்போக்குத்தனமான, பத்தாம்பசலித் தனமான கருத்துகள் ஆகியவற்றின் ஊடாகவும் வெளிப்படுகின்றன. சமூக உறவு என்ற வகையிலும் சரி, சித்தாந்தம் என்ற வகையிலும் சரி, பார்ப்பனியம் இந்திய அரசுக்கு ஒரு நல்ல கருவியாகப் பயன்பட்டு வருகிறது. இதை நீங்கள் ஜெயலலிதா ஆட்சியில் கண்கூடாகப் பார்த்து வருகிறீர்கள். பாரதிய ஜனதாக் கட்சியின் (பா.ஜ.க) வளர்ந்து வரும் செல்வாக்கும், மக்களிடையே அக்கட்சிப் பெற்றிருக்கும் அபிமானமும் இதைத்தான் குறிக்கின்றன. பத்தாண்டுகளுக்கு முன்புகூடப் பா.ஜ.க.விற்கு இந்திய மத்தியதர வர்க்கத்தினரிடையே இத்தகைய செல்வாக்கு இருந்ததில்லை. ஆனால் இதே வர்க்கத்தினருக்கு இன்று அக்கட்சி ஏற்புடையதாகிவிட்டது.

தொலைக்காட்சி மூலமும் பிற மக்கள் தொடர்புச் சாதனங்கள் மூலமும் பார்ப்பனியம் இன்று திணிக்கப்பட்டு வருகிறது. தொலைக்காட்சியில் திரையிடப்பட்டு வரும் 'சாணக்யா' வை எடுத்துக்

கொள்ளுங்கள். இது நேரடியாகவே பார்ப்பனியத்தைத் தூக்கிப் பிடிக்கிறது. 'தேச ஒற்றுமையை' வளர்ப்பதற்குப் 'பார்ப்பனியம்' எவ்வளவு முக்கியம் என்று காட்டுகிறது.

இன்று "தேச ஒற்றுமை" என்பதைச் சாத்தியப்படுத்த பார்ப்பனியம் இந்திய அரசால் பயன்படுத்தப்படுகிறது. இந்தத் "தேச ஒற்றுமை" என்பதன் பெயரால் பஞ் சாப் சீக்கியர்களுக்கு எதிராக, காஷ்மீர், அஸ்ஸாம் போராளிகளுக்கு எதிராக, நக்சலைட்டுகள், ஈழப்புலிகள் ஆகியோருக்கு எதிராகப் பார்ப்பனியம் பயன்படுத்தப்படுகிறது. எனவே, பார்ப்பனர்கள், பார்ப்பனியம் ஆகியவற்றை எதிர்ப்பது மட்டுமல்ல பிரச்சினை; ஒட்டு மொத்தமான ஜனநாயகப் போராட்டத்தின் ஒரு முக்கிய அம்சம்தான் இந்தப் பார்ப்பனிய எதிர்ப்பு என்பது.

கேள்வி: *மகாராட்டிரம், மேற்கு வங்காளம் போன்ற மாநிலங்களில் பார்ப்பனர்கள் ஓரளவிற்காவது சுய-விமர்சனம் செய்து கொண்டுள்ளனர். ஆனால் தமிழ்நாட்டிலோ பார்ப்பனர்கள் தப்பித்தவறிகூட இத்தகைய சுய விமர்சனத்தை மேற்கொள்ளவில்லை. எனவே, முற்போக்குச் சிந்தனையுடைய பார்ப்பனரல்லாத கட்சிகளும் இயக்கங்களும் தமது அமைப்புகளில் பார்ப்பனர்களுக்கு இடமில்லை – அவர்கள் முற்போக்குச் சிந்தனையுடையவராக இருந்தாலும் சரி – என்று கூறி வருகின்றன. ஆந்திராவில் இந்தப் பிரச்சினை உண்டா? முற்போக்கு இயக்கங்களிலும் ஜனநாயகப் போராட்டத்திலும் முற்போக்குச் சிந்தனையுடைய பார்ப்பனர்கள் என்ன பங்கு வகிக்க முடியும்? எவ்வாறு செயல்பட முடியும்?*

பதில்: *பிரச்சினை என்னவென்றால், பார்ப்பனியத்துக்கு எதிராகச் செயல்பட ஒரு பார்ப்பனருக்கு உரிமையுண்டா என்பதுதான். நானும்கூடப் பிறப்பால் பார்ப்பனன்தான். ஆனால் பார்ப்பனியத்துக்கு*

எதிராகப் போராடும் உரிமை எனக்குண்டு என்று நினைப்பவன். இந்த உரிமையை நான் எடுத்துக் கொள்ளாவிட்டால், எனக்குரிய சமூகப் பங்கை, பணியை என்னால் நிறைவேற்ற முடியாது. இந்த உரிமை பார்ப்பனர்களுக்கு மறுக்கப்பட்டால் அது வேறொரு வகையில் சாதியமைப்பை நியாயப்படுத்துவதில்தான் போய் முடியும். அடுத்து நீங்கள் சுட்டிக்காட்டியுள்ள பிரச்சினை ஆந்திராவிலும் இருக்கத்தான் செய்கிறது. ஆனால் ஆந்திராவில் வலுவான கம்யூனிஸ்ட் இயக்க மரபு இருப்பதால் இது அவ்வளவு பெரிய பிரச்சினையாகி விடுவதில்லை. ஆந்திராவிலுள்ள தலித் மகாசபையின் ஆரம்ப நாட்களில் பிறப்பால் பார்ப்பனராக இருப்போர் அந்த அமைப்பின் கூட்டங்களில் சொற்பொழிவாற்ற அனுமதிக்கப்படவில்லை. ஆனால் இப்போது நான் சார்ந்திருக்கும் குடியுரிமை அமைப்பைச் சேர்ந்த, பிறப்பால் மட்டுமே பார்ப்பனராக இருப்போரை அவர்கள் தங்கள் கூட்டங்களில் பேச அழைக்கின்றனர். ஆனால் பார்ப்பனர்கள்தாம் தங்களை மக்களுக்கு ஏற்புடையவராக ஆக்கிக் கொள்ள முழுப் பொறுப்பேற்க வேண்டும். தங்களது முற்போக்கு, ஜனநாயகச் சிந்தனையை வெளிப்படுத்துவதோடு மட்டுமல்லாமல் நடைமுறையிலும் தாங்கள் சாதியுணர்வை முழுமையாகக் களைந்தெறிந்து விட்டவர்கள் என்பதைக் காட்ட வேண்டும். மக்களுக்குத் தங்கள் மேல் நம்பிக்கை உண்டாவதற்கான முயற்சிகளை மேற்கொள்ள வேண்டும். உதாரணத்துக்கு, பெண்ணுரிமையில் தனக்கு அக்கறை உண்டு என்று கூறிக்கொள்ளும் ஒரு ஆண், தனது சிந்தனை, நடத்தை ஆகியவற்றின் மூலம் மட்டுமே பெண் நிலைவாதிகளுக்கு ஏற்புடையவனாகத் தன்னைக் காட்டிக் கொள்ள முடியும். பெண்நிலைவாதிகளும் அவனது அக்கறையை மதிக்கும் வண்ணம் அவன் நடந்துகொள்வது முக்கியம்,

வரலாற்று ரீதியாக ஆதிக்கம் செலுத்தும் அமைப்பை, கூட்டத்தைச் சார்ந்த அனைவரும் இவ்வாறுதான் தங்களது முற்போக்குச் சிந்தனைக்கான சாட்சியங்களை ஏற்படுத்தித் தரவேண்டும்.

கேள்வி: **சாதி பிரச்சினை, பெண்கள் பிரச்சினை ஆகிய இரு பிரச்சினைகளையும் தொடர்புபடுத்திப் பார்க்க எங்களைப் பழக்கியவர் ஈ.வெ. ராமசாமி பெரியார்தான். காலங்காலமாகப் பெண்கள்தாம் சாதிப் பெருமை, குலப்பெருமை, பாரம்பரியம், மரபு ஆகியவற்றைத் தூக்கிப்பிடித்து வந்துள்ளனர்; பெண்ணடிமை ஒழிய சாதியடிமைத்தனமும் ஒழிய வேண்டும் என்று அவர் கூறினார். இது பற்றி உங்கள் கருத்து?**

பதில்: பால்ரீதியான அடிமைத்தனத்துக்குப் பெண்கள் மட்டும் கட்டுப்படுத்தப்படுவது ஒருபுறமிருக்க, அவர்களது உழைப்புச்சக்தி சூத்திரர், பறையர் ஆகியோரது உழைப்புச் சக்தியைப் போல் மேல் சாதியினரால் சுரண்டப்படுகிறது. எனவே பெண்ணடிமைத்தனமும், சாதி ஒடுக்குமுறையும் எவ்வாறு இணைந்து காணப்படுகின்றன என்பதைக் கருத்துரீதியாக நம்மால் எளிதாகவே புரிந்துகொள்ள முடியும். நடைமுறையில் பெண் விடுதலை இயக்கத்தைச் சாதியொழிப்பு இயக்கங்களோடு எவ்வாறு இணைத்து எடுத்துச்செல்வது என்பதுதான் இப்போதுள்ள பிரச்சினை. பெண் விடுதலல இயக்கங்கள் இன்று பெரும்பாலும் நடுத்தர வர்க்கத்துப் பெண்களை உள்ளடக்கியே காணப்படுகின்றன. இதை ஒரு விமர்சனமாக நான் முன் வைக்கவில்லை. வரலாற்றுச் செய்தியாகத் தருகிறேன். பார்ப்பனரல்லாதோர் இயக்கம்கூட ஆரம்ப நாட்களில் படித்த மேட்டுக் குடியினர் மத்தியில்தான் செல்வாக்குப் பெற்றிருந்தது. ஆனால் நாளடைவில் அது தலித் மக்களின் இயக்கமாகவும் மாறி அமைந்தது.

அது போலப் பெண்விடுதலை இயக்கங்களும் கீழ்ச்சாதிப் பெண்கள் மத்தியில் ஆழமாக வேரூன்ற வேண்டும். பெண்விடுதலை இயக்கங்கள் இதுவரை சாதித்தவை, வளர்ந்துள்ள விதம் மிக முக்கியமான வரலாற்றுத் தேவைகளைப் பூர்த்தி செய்யும் வண்ணம் அமைந்துள்ளன. மேலும், சாதிப் பிரச்சினை பற்றிப் பெண்நிலைவாதிகள் இன்று பேசவும் விவாதிக்கவும் தொடங்கியுள்ளனர். அவர்கள் இதிலிருந்து ஒருபடி மேலே சென்று உழைக்கும் பெண்களிடையே அவர்களது நிலைமை பற்றிய உணர்வை வளர்த்தெடுப்பது அவசியமாகிறது. சாதி, உழைப்பு என்ற அடிப்படையில் மட்டுமின்றி, பெண் என்ற அடிப்படையில் பெண்கள் ஒடுக்கப்படுவதைப் பற்றிய உணர்வை வளர்த்தெடுப்பது இன்றியமையாதது.

கேள்வி: சாதிப் பிரச்சினை, பெண்கள் பிரச்சினை இவற்றைப் பற்றி ஏற்பட்டுள்ள புதிய புரிதல்கள் எவ்வகைகளில் ஆந்திராவின் இடதுசாரி இயக்கங்களின் செயல்பாட்டில் வெளிப்படுகின்றன?

பதில்: ஆந்திராவில் மார்க்சிய – லெனினியக் குழுக்கள் இந்தப் பிரச்சினைகளை ஆழமாகப் புரிந்து கொண்டு செயல்பட்டு வருகின்றன என்றே சொல்ல வேண்டும். தலித் மகாசபை போன்ற அமைப்புகளுடன் மார்க்சிய – லெனினிய இயக்கங்கள் நெருக்கமாக இணைந்து செயல்படுகின்றன. பிரச்சினைகள் இல்லாமலில்லை. ஆனால் இவை பெரும்பாலும் தனிமனிதப் பொறாமைகள், காழ்ப்புணர்ச்சி, கர்வம் ஆகியவற்றால் ஏற்படும் அநாவசியமான பிரச்சினைகள்தாம். என்றாலும் சாதிப் பிரச்சினை, பெண்கள் பிரச்சினை ஆகியன பற்றிய மார்க்சியப் புரிதல், அதாவது கோட்பாட்டுரீதியான புரிதல் ஒன்று உருவாகி யிருப்பதாகத் தெரியவில்லை. குறிப்பிட்ட பிரச்சினை என்று வரும்போது ஒருங்கிணைந்த போராட்டங்கள் நடக்கின்றன. ஆனால் கருத்தளவில் இன்னும் தெளிவு

தேவை. பெண்கள் பிரச்சினையைப் பொருத்தவரை, பெரும்பாலான மார்க்சிய – லெனினியக் குழுக்கள் இன்று வலுவான பெண்கள் அணிகளைக் கொண்டுள்ளன. பெண்கள் மீதான பலாத்காரம் (Rape) போன்ற பிரச்சினைகளில் இவ்வியக்கங்கள் நிறைய அக்கறை காட்டுகின்றன. நிலச்சுவான்தார், போலீஸ் ஆகியோரால் செய்யப்படும் பாலியல் வன்முறைச் செயல்களைக் கண்டிப்பதோடு, பாலியல் வன்முறை எந்த ஒரு ஆணால் செய்யப்பட்டாலும் ஒரு முக்கிய அரசியல் பிரச்சினையாகக் கருதப்படுகிறது.

கேள்வி : கடைசியாக, இந்தியாவெங்கும் எழுப்பப்பட்டு வரும் தேசிய இனப் பிரச்சினையைப் பற்றி உங்கள் கருத்துக்களை அறிய விரும்புகிறோம். நாம் எதிர்நோக்கியுள்ள பல பிரச்சினைகளில் மிக முக்கியமான பிரச்சினையாகப்படும் இது பற்றியும் இப்பிரச்சினையை எழுப்பிப் பஞ்சாப், அஸ்ஸாம், காஷ்மீர் ஆகிய இடங்களில் நடந்து வரும் போராட்டங்கள் / போராளிகள் பற்றியும் உங்கள் கருத்து என்ன?

பதில்: தேசிய இனப் பிரச்சினையைப் பற்றிய எனது புரிதல் சற்று வித்தியாசமானது என்றுதான் சொல்ல வேண்டும். இந்தியாவின் தேசிய இனங்களை இரு வகையாகப் பிரிக்கலாம் (இந்த இரு வகைத் தேசிய இனங்களும் தேசிய இனப் பிரச்சினையை இன்று எழுப்பி வருகின்றன.) ஒரு வகைத் தேசிய இனங்கள் வரலாறு நெடுகவே இந்தியாவின் பொருளாதார, சமூக, பண்பாட்டு நீரோட்டத்துக்கு வெளியே இருந்து வந்துள்ளன. நாகாலாந்து, மிஸோராம், மணிப்பூர், காஷ்மீர் ஆகிய இடங்களில் வாழ்பவர்கள் இந்த வகையைச் சேர்ந்தவர்கள். பல்வேறு காரணங்களுக்காக, ஒரு சில அரசியல் நிகழ்வுகளினால் இந்தத் தேசிய இனங்கள் இந்திய ஒன்றியத்திற்குள் வலுக்கட்டாயமாகக் கொண்டு

வரப்பட்டன. இன்று இங்கு நடக்கும் போராட்டங்கள் செயற்கையாக ஏற்படுத்தப்பட்ட ஒன்றியத்திற்கு எதிரான போராட்டங்கள்தான். செயற்கையான இணைப்புக் கண்ணிகளைக் களைந்தெறிந்து குறிப்பிட்ட தேசிய இனத்தின் விடுதலையை நோக்கிய போராட்டங்கள்தான். எனவே இவற்றை நாம் முழுமையாக ஆதரிப்பது அவசியம்.

மற்றொருவகைத் தேசிய இனங்கள் – இதில் பஞ்சாபியர், தமிழர், ஆந்திரர், மாராட்டியர் அடங்குவர் – இந்தியச் சமூக, பொருளாதார, பண்பாட்டு நீரோட்டத்துக்கு மிக நெருக்கமானவை. எனவே இந்தத் தேசிய இனங்களுக்கு மத்தியில் தோன்றியுள்ள தேசிய இன விடுதலைப் போராட்டங்களின் சமூக, அரசியல் அடிப்படைகளை அறிந்து கொள்வது அவசியமாகிறது. பஞ்சாபை எடுத்துக் கொள்வோம். என்னைப் பொருத்தவரை பஞ்சாப் போராட்டம் அரசியல் ரீதியாக மிகவும் பிற்போக்குத்தனமானது. எனவே எந்த வர்க்கம், எந்தச் சித்தாந்தத்தின் அடிப்படையில், எந்த அரசியல் நிலைப்பாட்டிலிருந்து தேசிய இனப் பிரச்சினையை எழுப்புகிறது என்பதை நாம் காண வேண்டியுள்ளது. ஒருவேளை இந்தியாவின் தேசிய இனங்கள் யாவும் பிரிந்து செல்ல வேண்டிய நிலை ஏற்பட்டாலும், குறிப்பிட்ட தேசிய இனத்தின் பெயரால் எந்தெந்த அரசியல் சக்திகள், எந்தெந்தச் சித்தாந்தங்கள் பேசுகின்றன என்பதை நாம் பார்க்க வேண்டும். தேசிய இனப்பிரச்சினையிலிருந்து அந்தப் பிரச்சினையை எழுப்பும் குறிப்பிட்ட அரசியல் சக்திகளை நாம் பிரித்துப் பார்க்க முடியாது. குறிப்பாக இந்தியத் தேசிய நீரோட்டத்துக்கு நெருக்கமாக விளங்கும் தேசிய இனங்களைப் பொருத்தவரையில் இவ்வாறு பிரித்துப் பார்ப்பது மிகவும் அபத்தமானது. காஷ்மீர் போன்ற இடங்களில் இன்று அங்குள்ள முஸ்லீம்களில் எல்லோருமே பிரிவினையைக் கோருகின்றனர். இது தவிர்க்க முடியாததாகி விட்டது.

பாகிஸ்தானின் ஒடுக்குமுறையைத் தவிர்ப்பதற்காகக் காஷ்மீர் மக்கள் இந்தியாவுடன் இணைந்தனர். ஆனால், உண்மையில், அவர்கள் சுதந்திரத் தேசமாக இருப்பதையே விரும்பினர்.

கேள்வி : ***நீங்கள் சொல்வது போல், ஆந்திரமக்கள், தமிழர் போன்ற தேசிய இனங்கள் ஏதோவொரு வகையில் இந்தியச் சமூக – பண்பாட்டு நீரோட்டம், இந்தியக் கூட்டுப் பண்பாடு ஆகியவற்றில் பங்கேற்கின்றன. என்றாலும், ஒரு நூறு ஆண்டுகளுக்குமுன் இந்தப் பகுதிகள் யாவும் ஒரு பேரிந்தியத் தேசத்தின் பகுதிகளாக இருந்ததே இல்லை, தமிழ்நாட்டை எடுத்துக் கொண்டால், கங்கைச் சமவெளியில் தோன்றி தெற்கே பரவிய எந்தவொரு அரசின் பகுதியாகவும் அது இருந்ததேயில்லை. எனவே இந்திய நீரோட்டத்துடன் நெருக்கமான உறவுடைய தேசிய இனங்கள் யாவுமே இந்த நீரோட்டத்தில் கலந்துவிட்டன என்று கூற முடியாது. இன்னும் சொல்லப் போனால் ஒவ்வொரு தேசிய இனமும் இந்தப் பேரிந்தியத் தேசத்திலிருந்து குறிப்பிட்ட வகைகளில் அந்நியப்பட்டு இருந்து வந்துள்ளன.***

பதில்: நீங்கள் சொல்வதை நான் ஏற்றுக்கொள்கிறேன். ஆனால் இந்த அந்நியமாதலின் பெயரால், இதை நீக்கப் பாடுபடும் அரசியல் சக்திகள் யாவை என்பதையும் நாம் அறிய வேண்டும். இது மிகவும் முக்கியமானது. ஏனெனில் இவை பண்பாட்டு ரீதியாக இந்திய நீரோட்டத்துக்கு நெருக்கமானவை மட்டுமல்ல. ஆங்கிலேயர்களின் ஏகாதிபத்திய ஆட்சியில் தமிழரும் ஆந்திர மக்களும் பங்கேற்றனர்; அந்த ஆட்சியைத் தூக்கிப் பிடிக்க உதவினர், மராட்டியரும் பஞ்சாபியரும் இதைத்தான் செய்தனர். இவர்கள் அனைவரும் இணைந்துதான் ஆங்கிலேயருக்கு உடந்தையாக இருந்து இந்த நாட்டை ஆண்டு வந்தனர்; இப்போதும் ஆண்டு வருகின்றனர். இவர்கள்தாம் முதலாளிகளாக,

அரசு நிர்வாகிகளாக, நிலவுடைமையாளராக, இராணுவத்தில் பதவி வகிப்பராக இருக்கின்றனர். எனவே இந்திய நீரோட்டத்துக்கு நெருக்கமாக உள்ள தேசிய இனங்களின் பெயரால் ஒரு என்.டி. ராமராவ் பேச முன்வந்தால் என்னால் அவரையோ அவர். மூன்நிறுத்தும் தெலுங்கு தேசத்தையோ ஆதரிக்க முடியாது.

கேள்வி: **தமிழகத்தை எடுத்துக் கொள்வோமேயானால், தமிழ்த் தேசியம் பற்றி முதலில் பேசியவர்கள் தி. கழகத்தினர். பிறகு தி.மு.க, தனது சொந்த அரசியல் ஆதாயங்களுக்காகத் தமிழ்த்தேசியத்தைப் பயன்படுத்திக் கொண்டது. ஆனால் இன்று தமிழ்த் தேசியம் பற்றி முற்போக்கான வகையில் தமிழ்த் தேசப் பொதுவுடைமைக் கட்சி உட்பட (இது எம்.சி.பி.ஐயிலிருந்து பிரிந்த ஒன்று) சில கட்சிகள், குழுக்கள், சில மா.லெ. குழுக்கள் ஆகியனவும் கூடப் பேசத் தொடங்கியுள்ளன. இந்திய நீரோட்டத்துக்கு நெருக்கமான பிற தேசிய இனங்களிலும் இம்மாதிரியான முரண்பாடுகள் தோன்றலாம் அல்லவா?**

பதில்: தோன்றலாம். தேசிய இனப் பிரச்சினையை முன்வைக்கும் அரசியல் சக்திகள் நிலப் பிரச்சினையுடன் அதனைத் தொடர்புபடுத்திப் பார்த்தால் அரசு ஆதரவுடன் செயல்படும் 'தேசியத்துடன்' முரண்பட்டே தீரும்.

கேள்வி: **கடைசியாக, தேசிய இனங்கள் தங்களது சுயநிர்ணய உரிமையைத் தூக்கிப் பிடிக்கையில் பிற இனத்தவரின் அடையாளங்களை மறுப்பதில் போய் அது முடிந்து விடக்கூடாது...**

பதில்: காஷ்மீர் தேசியத்தை எடுத்துக் கொள்வோம். சமீபகாலம் வரை -- இப்பொழுது எப்படியோ எனக்குத் தெரியாது– 'ஹிஸ்ஃபுல் முஜாஹிதீன்' போன்ற அமைப்புகள் கூட மதச்சார்பற்ற

நிலைப்பாட்டைக் கொண்டிருந்தன. ஷேக் அப்துல்லா 'முஸ்லீம் மாநாடு' என்ற பெயரை மாற்றி, அதைத் 'தேசிய மாநாடு' என்றே குறிப்பிட்டார். தற்போது காலிஸ்தான் தேசியம் குறிப்பிட்ட மதச்சார்புடைய தேசியமாகத்தான் உள்ளது. மேலும், காலிஸ்தான் தேசியவாதிகள் பெண்களின் நடை, உடை, பாவனைகளை மாற்றியமைக்க விரும்புகின்றனர். பெண்களின் சுதந்திரத்தைக் கட்டுப்படுத்தும் வகையில் அமைந்துள்ள இதுபோன்ற நியதிகள் காஷ்மீரிலும் பிறப்பிக்கப்பட்டுள்ளன.

எந்தவொரு தேசிய இனப் போராட்டத்தை எடுத்துக் கொண்டாலும் அதன் உள்ளடக்கம், சித்தாந்தம், சமூக, பண்பாட்டுத் தன்மை, பெண்கள் பிரச்சினையில் அது காட்டும் அக்கறை முதலியவற்றின் அடிப்படை யில்தான் அதன் ஜனநாயகத் தன்மையை மதிப்பிட வேண்டும்.

தினப்புரட்சி, 26, 27, 28, 29, பிப்ரவரி 1999